D1680204

# ஆடு மாடு மற்றும் மனிதர்கள்

ஏக்நாத்

நெடில் வெளியீடு

ஆடு மாடு மற்றும் மனிதர்கள் (கட்டுரைகள்)
© ஏக்நாத்
முதற்பதிப்பு: 2013
நெடில் முதல் பதிப்பு: மார்ச் 2024
அட்டை வடிவமைப்பு: பி.ஆர்.ராஜன்
பக்கங்கள்: 104
விலை: ரூ.150

Aadumaadu Matrum Manithargal
Author: Egnath ©
egnathr@gmail.com
Nedil veliyeedu
First Edition: 2013
Pages: 104
Price : Rs.150/-
ISBN Number : 978-93-5813-383-7

விற்பனை உரிமை
ஸ்நேகா
8, ரமணி நகர் மெயின் ரோடு,
மேற்கு தாம்பரம், சென்னை 600 045.
9840138767, 7550098666
snehabookspublishers@gmail.com

தனி மனுஷியாக
என்னைப் போராடி
வளர்த்த அம்மாவுக்கு.

# மீன் வாசம் தேடும் பூனை

4 புழுதிமண் கிளம்பி எழும் பாதைகள், சிமென்ட் சாலைகளுக்குள் அமுங்கிவிட்ட பிறகு ஊருக்குள் மிஞ்சியிருப்பது ஞாபகங்களும் அதற்கான அடையாளங்களும்தான். செடிகள் கிளை விரித்து இருக்கிற சிதைந்த கோயில் கோபுரம், எங்கோ சரிந்து கிடக்கிற கல்மண்டபங்கள், முட்கள் அடைந்து தூர்ந்து போன பொதுக்கிணறுகள், மண்ணுக்குள் முகம் புதைந்திருக்கிறப் படித்துறைகள், கை, கால் உடைந்த கற்சிலைகள், செங்கற்களாகவும் கற்தூண்களாகவும் அனாதையாக நிற்கிற கட்டிடங்கள்... இன்னும் இன்னுமாக நீங்கள் பார்க்கிற ஏதாவது ஒன்றில் சிதையாமல் வாழ்ந்து கொண்டிருக்கிறது ஒரு வரலாறு. அது உங்களுக்கானதாகவோ நமக்கானதாகவோ இருந்திருக்கலாம். அப்படியான வரலாறுகளைக் கொண்டிருக்கிற கிராமங்களில் வாழ்ந்த எளிய மனிதர்கள் பற்றிய கதைகள் இவை. கதைகள் என்பதை விட அவர்களைப் பற்றிய சுருக்கமான வரலாறாகவும் கொள்ளலாம்.

ஊர் என்பது அங்குள்ள மக்களைக் குறிப்பது என்பதைப் போல, இத்தொகுப்பை ஒரு கிராமத்தின்

கதையாகவே பார்ப்பது பொருத்தமாக இருக்கும். இந்தக் கட்டுரைகளில் வாழ்ந்துகொண்டிருக்கிற மனிதர்கள், என் தலையில் செல்லமாகக் குட்டி ஓடி ஒளிந்துகொள்ளும் சிறுபிள்ளைகளாக, என் கண்களைக் கட்டிவிட்டு கைதட்டி மகிழ்பவர்களாக, என் முதுகில் உப்புமூட்டை ஏறிக்கொள்பவர்களாக, என் கண்ணீரைத் துடைப்பவர்களாக, என் சிரிப்பில் பங்கெடுப்பவர்களாக எப்போதும் இருந்திருக்கிறார்கள், இருக்கிறார்கள். வாழ்க்கையின் உந்துதல்களில் வெவ்வேறு ஊர்களுக்குப் பறக்கக் கற்றுக்கொண்டாலும், என் கண்கள் எப்போதும் அடைகாத்து வைத்திருக்கிறது வாழ்ந்த ஊரையும் பழகிய மக்களையும். அவர்களின் காலடித் தடங்களைத் தேடியே என் மனம் எப்போதும் அலைந்துகொண்டிருக்கிறது.

பிழைப்புக்காக இடம்பெயர்ந்து இருபதாண்டுகள் ஆனாலும் மீன்குழம்பு வாசம் கண்டு வீட்டையே சுற்றிச் சுற்றி வருகிற பூனையைப் போல, எப்போதும் ஊரைச் சுற்றி வருகிறதென் மனது. இப்படியொரு அடிமை நிலையை, ஊர் எப்படி எனக்குள் திணித்தது என்பது புதிராகவே இருக்கிறது. புதிது புதிதான மனிதர்கள், புதிது புதிதான வேலை, புதிது புதிதான வாழ்க்கை முறை என புதிது புதிதாக எதை சந்திக்க நேர்ந்தாலும் ஊரின் பழைய சோறும் காணத் துவையலும் உப்பு தூவிய மாங்காய் துண்டுகளுமே நாக்கில் ருசியாய் நிற்கிறது. ஓடி ஆடிய தெருவும் அத்தெருவின் புழுதியும் வாய்க்காலும் கிணறுகளும் வயக்காட்டுக் காவலும் ஆடுகளும் மாடுகளும் அடைகாக்கும் கோழிகளும் எப்போதும் என் நெஞ்சில் ஓடிக்கொண்டே இருக்கின்றன.

வீட்டின் வாசலருகே விழுந்து கிடக்கும் வெண்ணிற முருங்கைப் பூக்களைப் பெருக்கிக் கொண்டே பெரியாச்சி சொன்ன கதைகளும், அவளில்லாத நாட்களில் ஒவ்வொரு வீட்டுத் திண்ணையிலும் பாட்டிகளும் தாத்தாக்களும் சொன்ன கதைகளும்தான் என்னையும் ஒரு கதைச்சொல்லியாக்கி இருக்கிறது.

தலையில் தலைப்பாகையோடும் கையில் சுருட்டோடும் அலைகிற தாத்தாக்களும் மாமாக்களும், சித்தப்பாக்களும் முந்தானையில் பொரி அரிசியையும் அவிச்ச பயித்தங்காயையும் வைத்துக் கொண்டு தின்பதற்குக் கொடுக்கிறப் பாட்டிகளும் சித்திகளும் அத்தைகளும் அதிகாரம் கொண்ட எல்லா அதிகாரிகளுக்கும் ஆட்சியாளர்களுக்கும் மேலாகவே எனக்குத் தெரிகிறார்கள். அவர்களின் வெற்றிலைப் பெட்டிக்குள்ளும் வேட்டி மடிப்புக்குள்ளும் கூட மனிதம் பத்திரமாகப் பாதுகாக்கப்பட்டிருக்கிறது. கூடவே, வெடுக்கென பாய்கிற கோபமும்!

இந்த மனிதர்கள்தான் எனக்கு நித்தம் ஒரு கதை சொல்லிக் கொண்டிருக்கிறார்கள். இவர்களின் நடை, உடை, பாவனையில், சிரிப்பில், வெறுப்பில், அன்பில், கொண்டாட்டத்தில் இருந்து தினம் ஒரு சேதி கிடைக்கிறது. இவர்கள் எதையும் வெளிப்படையாகச் சொல்லாமல் வாழ்வின்

பெரும் தத்துவங்களை மறைமுகமாகச் சொல்லிப் போகிறார்கள். இவர்களின் வயல்களில் குழைந்திருக்கிற சகதிக்குள் முங்கி எழுவதையே எனக்கான சிறப்பாகக் கருதுகிறேன்.

இந்த மனிதர்கள் முழுக்க முழுக்க கற்பனையானவர்கள் அல்ல. கொஞ்சம் மிகைப்படுத்தப்பட்டிருக்கலாம். அவ்வளவுதான். இவர்களை ‘குங்குமம்’ வார இதழில் தொடராக எழுத வாய்ப்பளித்த ‘தினகரன்’ நிர்வாக இயக்குனர் ஆர்.எம்.ஆர்.ரமேஷ் அவர்களுக்கு முதல் நன்றி. ஒவ்வொரு வாரமும் தொடரை வாசித்துவிட்டு ஊக்கப்படுத்திய ‘தினகரன்’ முதன்மை ஆசிரியர் கதிர், ‘குங்குமம்’ முதன்மை ஆசிரியர் தி.முருகன், மற்றும் வாசித்து விட்டு கருத்துச் சொன்ன நண்பர்களுக்கும் வாசகர்களுக்கும் நன்றிகள்.

**செ.ஏக்நாத்ராஜ்**
egnathr@gmail.com | 2013

## உள்ளே...

1. துணிகள் மணக்கும் கடை ......................................... 09
2. கண்களில் துடிக்கும் பேரழகு ..................................14
3. கனவுகளின் ரசிகன் ...............................................19
4. சைக்கிள்கள் அடையும் கூடு ..................................25
5. தெய்வங்கள் பேசும் இடம் ..................................... 30
6. கம்புகள் சுழலும் தெரு............................................35
7. நோய்கள் தீர்க்கும் தோட்டம் .................................. 40
8. கனவில் மிதக்கும் கால்கள் ...................................45
9. சங்கீதம் பூக்கும் சாலை........................................... 50
10. ஒலியில் உலவும் குரல் ..........................................55
11. சத்தங்களின் சத்தம் ............................................. 60

12. போதையின் நிழல்கள் ...................................................65

13. களவு போகும் நிலம் ...................................................70

14. பேச்சின் நெரிசல்கள் ...................................................75

15. பரிசுகள் பொழியும் மரம் ...........................................79

16. பறவைகள் சாயும் காலம் ...........................................85

17. விரல்களின் கலை ......................................................90

18. மனதின் விளையாட்டு ...............................................95

19. கோரிக்கை சாமிகள் ..................................................100

# துணிகள் மணக்கும் கடை

முத்தையா மாமாவை பாடல்களோடு பார்த்துத்தான் பழக்கம். ஒன்று, அவர் பாடுவார். அல்லது அவர் வைத்திருக்கிற டிரான்சிஸ்டர் பாடும். தலையை இங்கும் அங்கும் ஆட்டிக்கொண்டோ, உதட்டைக் கடித்துக்கொண்டோ அல்லது விரல்களால் சொடக்குப் போட்டுக்கொண்டோ பாடல்களை அவர் ரசிக்கையில் உற்சாகம் வரும். சில நேரங்களில், தலையை அசைத்து, ‘கொன்னுட்டாம்ல’ என்று அவர் சொல்வது ரசனையின் உச்சம்.

‘பாடல்களை ரசிக்கத் தெரிந்துவிட்டால் கவலைகள் கானல் நீர்’ என்று தத்துவம் வேறு சொல்கிற முத்தையா மாமாவின் அடையாளம், சிதைந்து விழாத குருவிக்கூடு தலை முடியும் அச்சு வைத்து ஒட்டியது போன்ற நெற்றித் திருநீறும். உடல் நலமில்லாமல் படுத்திருந்தால் கூட, குருவிக் கூடு மட்டும் கலையாதிருப்பது எப்படி என்கிற ரகசியம் புதிராகவே இருக்கும்.

முத்தையா மாமா, புனேவில் சில வருடங்கள் டெய்லர் கடை ஒன்றில் வேலை

பார்த்துவிட்டு தனிக்கடை போட்டவர். பக்கத்து சிறு நகரங்களான அம்பாசமுத்திரம், விக்கிரமசிங்கபுரம், கல்லிடைக்குறிச்சிகளில், 'பாம்பே டெய்லர்'கள் பிரபலமாக இருந்ததால், உள்ளூரில் 'புனே டெய்லர்' கடையை தொடங்கினார். இந்த பெயர், புனா, பூனா, போனா என்று உள்ளூர்க்காரர்களால் பாசமாக அழைக்கப்பட்டு கொஞ்சம் கொஞ் சமாக உருமாற்றம் செய்யப்பட்டு வந்தது. மாந்தோப்புக்குள் குடிசை போட்டிருக்கிற பெருமாள் தாத்தா, 'ஏலெ, பேனா டெய்லரு இருக்கானா?' என்று கேட்டதில் இருந்துதான் முத்தையா மாமா, நொந்து போனார்.

'ஊரு பூரா ஒவ்வொரு பேரா சொல்லுதானுவோ. பெறவு நா எதுக்குடெ இந்த கடெக்கு பேர் வச்சிருக்கேன்' என்று ஓவர் வெறுப்பில் பெயர் பலகையை தூக்கி, கடைக்குள் போட்டுவிட்டார். பிறகு பெயர் இல்லாத கடையாகவே இருந்தது அது.

தையல் மெஷினை வைத்து டெய்லர் கடை என்று சொல்லப்பட்டாலும் புதிதாகப் பார்க்கிறவர்களுக்கு இசை தொடர்பான கடையோ என்கிற சந்தேகத்தையும் ஏற்படுத்தும். கடையின் இடது பக்கத்தில், அதாவது முத்தையா மாமா அமர்ந்து தைக்கிற இடத்துக்கு அருகில் இருக்கிற கபோர்டில் டிரான்சிஸ்டர், டேப் ரெக்கார்டர், கேசட்டுகள் என்று அடுக்கி வைக்கப்பட்டிருக்கும்.

டேப்பில் தினமும் முதல் பாடலாக, 'இளமையெனும் பூங்காற்று, பாடியது ஓர் பாட்டு' ஓடும். கடை திறக்கும்போதே ஸ்பீக்கரில் பாடல் கேட்க வந்துவிடுகிற ரசிகர்களும் உண்டு என்பதால், சிலருக்கு இது நேயர் விருப்பம். பாடல் முடிந்ததும் 'இந்த பாட்டுல ஸ்ரீதேவி உதட்டை சுழிப்பா பாரு...' என்று கண்களை இறுக்கி திறந்துகொண்டு விவரிப்பார் முத்தையா மாமா. 'அவா கூட ஒருத்தம் வாராம்லா. அவென் யாருண்ணே?' என்பான் ஒருவன். 'ரவிகுமாரு' என்று பதில் வரும். பாட்டும் விளக்கமுமாகப் போகும் கடைக்கு அருகில் முப்புடாதி, சுக்காப்பிக் கடை வைத்திருந்தார். கொஞ்சம் வயதானவர் என்பதாலும் இளம் வயதில் மகளொருத்தி இருப்பதாலும் அவருக்குப் பாடல்கள் மீது வெறுப்பு.

'ஏய் முத்தியா, சத்தத்தை கொறச்சு வைக்கலாம்லா. கடெக்குள்ள ஏதும் பேசமுடியுதாலெ? தெனமுமாடெ இதை சொல்வாவோ. சின்ன புள்ளயாவே இருக்கியெ?' என்று அவர் கொஞ்சம் வாயை விட்டதும், 'இவம்லாம் செத்து தொலெய மாட்டாம் போலுக்கெ' என்று முணுமுணுத்துக் கொண்டே, சத்தம் குறைப்பார்.

பொங்கல், சித்திரை விசு, தீபாவளி காலங்களில் பிசியாகிவிடுவார் மாமா. புதிதாகக் கல்யாணம் ஆகி ஊருக்கு வந்திருக்கிற மற்றும் கல்லூரி,

பள்ளி இறுதி படிக்கும் பெண்களுக்கான டைட் ஜாக்கெட்டுக்கு முத்தையா மாமா கியாரண்டி என்பதால் பெண்களின் கண்கள் இந்தக் கடையை அவ்வப்போது மொய்த்துக் கொண்டிருக்கும். ஆண்களுக்கான பேண்ட், சட்டைகளில் விதவிதமான புனே ஸ்டைல்களையும் பெண்களுக்கு பஃப் கைகளையும் ஊருக்குள் அறிமுகம் செய்திருந்ததில் மாமாவுக்கு பெருமை. ஸ்கூல் படிக்கும் வரை மாமாவிடம் சட்டை, டவுசர் தைக்கக்கொடுக்கும் பயல்கள் கல்லூரி சென்றதும் கொடுக்க மாட்டார்கள். ‘இன்னும் ஸ்டைலா தய்க்கணுன்டெ’ என்று டவுன் கடைகளுக்குப் போவார்கள்.

ஆனால், ‘எங்க ஊர்ல உள்ள கடையை விட்டுட்டாங்கும் ஒங்க கடெயில தய்க்க கொடுக்கேன். நல்லா தச்சுத்தரணும்’ என்று பக்கத்தூர்களில் இருந்து, பீடி கடைக்கு வருகிற பெண்கள் சொல்லும்போது மாமாவுக்கு வருகிற புன்னகையில் கர்வம் இருக்கும். அந்தப் பெண்களில் ஒருத்தியை, மாமா காதலிப்பதாகவும் ஒவ்வொரு சனிக்கிழமையும் ரயில்வே கேட்டுக்கு அருகே சந்திப்பதாகவும் ஊரில் பரவியிருந்த கிசுகிசு அவருக்கும் தெரிந்திருக்கலாம்.

பொங்கல், சித்திரையை விட தீபாவளிக்குதான் அவரால் தாக்குப் பிடிக்க முடியாது. எதிர்பார்க்காத அளவுக்குத் துணிகள் வந்து குவியும். டேபிளில் அவற்றை விரித்துப் போட்டு அளந்து, சாக்பீஸால் கோடு கிழிப்பார். இல்லையென்றால் வலது கை பெருவிரலில் நீட்டமாக வளர்த்திருக்கிற நகத்தால் துணியை மடித்து, சரட் சரட் என்று இரண்டு இழு. துணி மடங்கிவிடும். நான்கைந்து துணிகளை, டெய்லர் கடைகளுக்கென்றே பெரிதாக இருக்கிற கத்திரியால் வெட்டிய பிறகு, தைக்கத் தொடங்குவார். வேகவேகமாக வேலை நடக்கும். புதுத்துணிகளின் வாசனை நிறைந்திருக்கிற கடையில், பட்டன் வைக்கும் கொடுக்கு ராசு, தூங்கி விழுந்துகொண்டே இருப்பான். தீபாவளி நெருங்க நெருங்க வேலைகளோடு டென்ஷனும் அதிகரிக்கும்.

‘தய்க்க கொடுத்து எவ்வளவு நாளாச்சு? இன்னுமாய்யா தய்க்கலெ’ என்று யாராவது கேட்டால்தான் அவர்களின் துணிகள் ஞாபகத்துக்கே வரும். பிறகு, ‘நாளைக்கு வாங்கெ மைனி’ என்று அன்பாகச் சொல்லிவிட்டு அவசரம் அவசரமாகத் தைத்துக் கொடுப்பார்.

‘இன்னும் ஒரு நா தானடெ இருக்கு தீவாளிக்கு. எப்பம் தச்சு தருவெ?’ என்கிற கேள்விகளுக்கு, ‘தச்சுட்டு, நானே கொண்டாரென்’ என்று ஒரு பொய். இதையெல்லாம் தாண்டி புது சட்டை, டவுசர் கனவுகளில் இருக்கிற சின்ன பையன்கள் விடியும் வரை கடையிலேயே இருந்து தூங்கி, தைத்த துணிகளை வாங்கிவிட்டு போய் உடுத்துவதில் இருக்கிற மகிழ்ச்சி வேறு எதிலும் இல்லை.

தீபாவளிக்கு முதல்நாள் கடைக்கு வெளியே இரண்டு டியூப் லைட் கட்டப்பட்டு பளிச்சென்று இருக்கும். பாலன் சவுண்ட் சிஸ்டத்தில் இருந்து, இரண்டு பெரிய ஸ்பீக்கர்களை இறங்கிவிட்டு போயிருப்பார்கள். கடையின் வல, இட பக்கங்களில் அவை வைக்கப்பட்டு விடிய விடிய ஒலிக்கும் பாடல்கள்.

அக்கம் பக்கத்து வீடுகளில், 'பண்டம்' செய்ய இரவு முழுவதும் முழிக்க வேண்டி இருப்பதால் இந்தப் பாட்டு சத்தத்தை கண்டுகொள்ள மாட்டார்கள். சட்டைகளுக்கு பட்டன், ஜாக்கெட்களுக்கு ஊக்கு வைக்கத் தெரியாதவர்களும் தற்காலிகப் பணியாளர்களாகி மாமாவுக்கு உதவுவார்கள். முத்தையா மாமாவின் வீட்டிலிருந்து சில மணி நேர இடைவெளியில், தூக்குச்சட்டியில் காபி வரும். அதைக் கொண்டு வருகிற அவர் அம்மா, 'எனக்காவது பரவால்லலெ. தங்கச்சிக்கு மொதல்ல தச்சு தாலெ' என்று ஏக்கமாகக் கேட்பாள். 'தாரென்' என்று எரிச்சலாகச் சொல்லிவிட்டு வேலையில் கவனம் செலுத்தத் தொடங்குவார்.

உடல் முழுவதும் எண்ணெய் தேய்த்துவிட்டு வாய்க்காலுக்கு குளிக்கச் செல்பவர்கள், விடிந்து விட்டதை ஞாபகப்படுத்திப் போவார்கள். இன்னும் நான்கைந்து ஜாக்கெட்டுகளும் சில டவுசர், சட்டைகளும் தைக்கப்படாமல் இருக்கும்.

'இதுலாம் யாருக்குள்ள துணில' என்பார் கொடுக்கு ராசுவிடம்.

'ரெண்டு ஜாக்கெட் துணி ஒங்க தங்கச்சிக்குள்ளது. ஒண்ணு ஒங்கம்மாவுக்கு. டவுசர், சட்டை, பூசாரி மவனுக்கு'.

'டவுசர், சட்டையை எடு' என்று அவசரம் அவசரமாகத் தைத்துவிட்டு குளிக்கக் கிளம்புவார் மாமா. தெருவில் புது துணிமணிகளை உடுத்திக்கொண்டு பொட்டு வெடிகளையும் அவுட்டு மற்றும் ஓலை வெடிகளை வெடிக்கத் தொடங்கி இருப்பார்கள். அக்ரஹார தெருவில் இருந்து லட்சுமி வெடிகளும் ராக்கெட்டுகளும் பயங்கரமாகச் சத்தம் எழுப்பும். இந்தச் சத்தத்தில் குளிக்கப் போகும் முத்தையா மாமாவுக்குத் தூக்கமாக வரும். எரியும் கண்களை மூடி திறப்பதற்குள் ஜிவ்வென்று இருக்கும்.

பிறகு வீட்டுக்குப் போவார். சாப்பிட்டுவிட்டு டிரங்கு பெட்டியில் இருந்து பாச்சா உருண்டை மணக்கும் சட்டைகளில் ஒன்றை அணிந்துகொள்வார். கடையின் முன், சம்பிரதாயத்துக்காக நான்கைந்து வெடிகளைப் போட்டுத் தாக்குவார். 'ஊருக்கெல்லாம் துணி தய்ச்சு கொடுக்க. ஒனக்கு?' என்று யாராவது கேட்டால், 'நமக்கெலாம் தெனமும் தீபாளிதாம் மாப்ளெ' என்று

சொல்லிவிட்டுச் சிரிப்பை உதிர்ப்பார். அடுத்து, தங்கச்சி ஜாக்கெட்டை தைத்து முடித்ததும் கொடுக்கு ராசுவுக்கும் தற்காலிகப் பணியாளர்களுக்கும் தீபாவளி காசு வழங்கப்படும். அதற்குள் வெடிவெடித்துவிட்டு நேயர் விருப்பக்காரர்கள், கடைக்கு வந்திருப்பார்கள்.

அதில் சிலர், நான்கைந்து அதிரசங்களையும் மெதுவடைகளையும் ‘அம்மா கொடுத்தாண்ணே’ என்று கொடுப்பார்கள். எல்லாவற்றையும் தின்றுவிட்டு ‘தூங்கபோறென்டெ. பாட்டை மெதுவா போட்டுக் கேளுங்க’ என்று கடைக்குள் துணியை விரித்து படுப்பார். கண்ணை இழுத்து வரும் தூக்கம். எழுந்திருக்கும் போது சாயங்காலம் ஆகியிருக்கும். அம்பை, அல்லது வி.கே.புரத்தில் சினிமா பார்க்க சைக்கிளில் ஒரு கோஷ்டி ரெடியாகி இருக்கும். அவர்களோடு ஐக்கியமானதும் கொண்டாட்டமாக முடியும் தீபாவளி.

கடந்த தீபாவளிக்கு ஜீன்ஸ் பேன்ட், சட்டை அணிந்திருந்த முத்தையா மாமாவின் மகன், வீட்டின் முன் அணுகுண்டுக்குத் தீ வைத்துக்கொண்டிருந்தான். ‘டெய்லர் மவனெ, கொஞ்சம் பொறுய்யா. நாங்க போய்க்கிடுதோம்’ என்று தெருவைக் கடக்கிறவர்களின் சத்தம் கேட்டு, இறுமிக்கொண்டே வாசலுக்கு வருகிற முத்தையா மாமாவின் சட்டையில், பாச்சா உருண்டை வாசம் இன்னும் வந்துகொண்டிருந்தது.

# கண்களில் துடிக்கும் பேரழகு

சத்தங்கள் படபடப்பூட்டுபவை, பயமூட்டுபவை, உள்ளுக்குள் இறங்கி உயிரை அசைத்துவிட்டுப் போகும் தன்மை கொண்டவை, சிலிர்ப்பூட்டுபவை, ஜில்லிப்பாக்குபவை... இவற்றைத் தாண்டி காமம் தருவதாகவும் இருப்பவை. அப்படியொரு சிரிப்புச் சத்தம் வரும் வீடாகத்தான் அந்த வீட்டை சொல்வார்கள். அந்த வீடு ஊரின் நடுவில்தான் இருந்தது. சாலை வழியே சென்றால், கருவை முட்கள் படர்ந்திருக்கிற தோட்டத்துக்கு இடதுபுறத்தில் சின்னதாக ஒற்றயடிப் பாதை. அதில் நடந்தால் காம்பவுண்ட் சுவர் போடப்பட்ட மச்சு வீடு. அந்த வீட்டிலிருந்து பெரும்பாலும் சிரிப்பு சத்தம் வரும். கிளர்ச்சியூட்டுகிற, உடலின் வழி காமத்தை விதைக்கிற சிரிப்பு சத்தமாக அது இருக்கும். பக்கத்து ஊரில் செகண்ட் ஷோ சினிமா பார்த்துவிட்டு வரும் நேரங்களில் கூட அந்தச் சத்தம் கேட்பதற்காகவே அங்கு இறங்கி நடப்பார்கள்.

அந்த வீட்டில் வசிக்கும் பெண்ணுக்கு என்ன பெயர் என்று யாருக்கும் தெரியாது. ஆனால்,

சில்க்கு வீடென்றால் யாராலும் அடையாளம் சொல்கிற வீடாக அது இருந்தது. அவள் பெயர் என்னவாக இருக்கும் என்பது பற்றி யாரும் மெனக்கெடவில்லை. அது எதுவாக இருந்தால் என்ன? சிலுக்கு என்ற அடையாளப் பெயர் அவளுக்குப் பொருத்தமாக இருப்பதாகவே சொன்னார்கள். அவளும் அந்தப் பெயரை விரும்புகிறவளாக இருந்தாள். அவள், வேறு ஏதோ ஊரில் இருந்து இங்கு வீடு வாங்கி குடியேறியவள். எந்த ஊர்க்காரி என்பது பற்றியும் ஆளாளுக்கு கதை சொன்னார்கள். அவளுக்கு கணவனும் ஒரு மகனும் இருந்தார்கள். கணவன் எங்கோ வெளிமாநிலம் ஒன்றில் வேலை பார்ப்பதாகவும் மூன்று மாதங்களுக்கு ஒரு முறை வந்து செல்பவனாகவும் இருந்தான். அது அவள் உண்மையான கணவனா என்பது பற்றியும் திண்ணைகளில் விவாதம் நடந்து வந்தது. ஆனால் அவள் மகன் கணவனின் சாயலையே கொண்டிருந்தான். அவள் தொழில் பெரும்பாலானவர்களுக்கு தெரிந்ததுதான். அதற்காக ஒதுக்கி வைக்க முடியுமா என்ன?

‘என்ன இப்டி சொல்லிட்டெ. இப்டி இருக்கவா வீட்டு பக்கத்துல, சடங்கான பிள்ளலயும் பொண்டாட்டியையும் வச்சுக்கிட்டு காலங்கழிக்க முடியுமாவே? இதுக்கு ஒரு முடிவெடுக்கணும், ஆமா’ என்று அவள் குடியிருந்த தெருக்காரர்கள் பேசிக்கொண்டார்கள். ஆனால், பக்கத்தூர் போலீஸ் இன்ஸ்பெக்டர் ஜீப்பில், அவள் ஒரு நாள் வந்திறங்கிய போது மூச்சடைத்துப் போனது தெருக்காரர்களுக்கு. வீட்டுக்குள் நின்று ஜன்னல் வழியாக வேடிக்கை பார்த்தார்கள். அந்த இன்ஸ்பெக்டர், ‘ஏதும் பிரச்னைன்னா சொல்லு, வரட்டா’ என்று தெருவில் நின்று சத்தமாகச் சொல்லிவிட்டு ஜீப்பில் ஏறிப் போனார். ‘சரிங்கெ’ என்ற சிலுக்கு, வீட்டுக்குள் போகும்போது சிரித்த சிரிப்புப் பற்றி தெருக்காரப் பெண்கள் மெதுவாகப் பேசிச் சிரித்துக் கொண்டார்கள். இதே போல சில அதிகாரிகளின் அம்பாசிடர் கார்களும் தெருவுக்குள் அவ்வப்போது வந்து செல்கிற சம்பவத்துக்குப் பிறகு அவள் பற்றிப் பேச வேண்டுமென்றால் ரகசியமாக, மெதுவாகவே பேசத்தொடங்கி இருந்தார்கள்.

உயரமாக, இளம் மஞ்சள் நிறமாக, மூக்கும் முழியுமாக, பேரழகைக் கொண்டவளான அவளுக்கு வெளியூர்க்காரர்கள் மட்டுமே வாடிக்கையாளர்களாக இருந்தனர். பிறகு கொஞ்சம் கொஞ்சமாக உள்ளூர்க்காரர்களும் வாடிக்கையாளர் ஆனார்கள். லாரி டிரைவரான சுப்பையாதான் ஊருக்குத் தெரிந்து அவள் வீட்டுக்கு அடிக்கடி சென்று வருபவனாக இருந்தார். அவளுடன் அதிக நட்புக் கொண்டவராகவும் இருந்தார். அவரைத் தொடர்ந்து இரவு நேரங்களில் சில இளவட்டங்கள் அவள் வீட்டுக்குச் சென்று வருவதை கருவை முட்களின் வழியாகப் பார்க்க முடியும். பெரிய மனிதர்கள் என்கிற பேராசை கொண்டவர்களில் இருந்து

ஊரில் மதிக்கப்படுகிறவர்கள் வரை, அந்த வீட்டுக்கு ரகசியமாகச் சென்று வந்தனர். இதற்காகக் கொடுக்கப்படும் பணம் எவ்வளவாக இருக்கும் என்பது பற்றி தெப்பக்குளத் திண்டுகளில் பேச்சு நடக்கும்.

இவ்வளவு பேரழகு கொண்ட சில்க் ஏன், எப்படி இந்தத் தொழிலுக்கு வந்தாள் என்கிற கேள்வி, மாடுமேய்க்கும் இடத்தில் அடிபடும். அவளிடம் கேட்டால், ஏதாவதொரு துக்கக் கதை சொல்பவளாக இருப்பாள். அவளின் கதை என்னவாக இருக்கும் என்கிற கற்பனைகள் பறக்கும். ஏற்கனவே சினிமா படங்கள் காட்டியிருக்கிற பாலியல் தொழிலாளிகள், கட்டாயத்தின் பேரிலேயே இத்தொழிலுக்கு வந்ததாகச் சொல்லி இருக்கிறார்கள். இவளும் அப்படித்தான் இருந்திருக்க வேண்டும் என்கிற நினைப்பும் வரும்.

இது ஒருபக்கம் இருந்தாலும் அவளுக்குத் திடீரென்று நல்ல பெயர் ஏற்பட்டு வந்தது. ஊரில் தபால் ஆபீசை அடுத்து அவள் வீட்டில் மட்டுமே தொலைபேசி இருந்தது. ஆத்திர அவசரத்துக்கு அவள் வீட்டில் போன் பண்ணிக்கொள்ளலாம் என்று சொல்லப்பட்டது. வெளிமாநிலங்களில் வசிக்கிற உள்ளூர்க்காரர்களுக்கு அவசரத் தேவைக்கு அவள் வீட்டு தொலைபேசி எண் கொடுக்கப்பட்டிருந்தது. இதை விருப்பமுடனேயே சில்க் செய்துவந்தாள்.

யாருக்கு கஷ்டம் என்றாலும் அவர்களுக்கு வட்டியில்லா கடன் கொடுப்பதையும் கடமையாகச் செய்தாள். இப்படி கொடுப்பதன் மூலம் ஊரின் மதிப்பை பெற முடியும் என்று நினைத்தாளோ என்னவோ? இந்த கடன் விஷயங்களுக்காக, அவள் உறவுக்காரன் எனச் சொல்லப்பட்டவன் நியமிக்கப்பட்டு இருந்தான். அவனை, ‘வக்கெட்டை’ என்று அழைத்தார்கள். அப்படிச் சொல்லும் போது அவனுக்கு கோபம் வருவது போல காட்டிக் கொள்வான். அவளிடம் பழக வேண்டும் என்பதற்காகவே வக்கெட்டையிடம் சிலர் நட்பும் வைத்திருந்திருந்தார்கள்.

‘போன வாரம் கோயில் கொடை. ஊர்க் கூட்டத்துல தலைகட்டுக்கு எரநூறுன்னு வரி வச்சுடானு வோ. வரிக்குன்னு வச்சிருந்த ரூவாயை தங்கச்சி மவ சடங்குக்கு செலவழிச்சாச்சு. திடீர்னு ரூவாய்க்கு எங்கெ போவ? எவன்டயாவது கேட்டாலும் தருவானுவளா, சொல்லு? வீட்டுல வெறவு வெட்டுததுக்கு ஒரு நாளு கூப்டுச்சு அந்த பிள்ளெ. கள்ளங்கபடம் இல்லாம பேசுச்சு. அந்த பழக்கத்துல அவ வீட்டுக்குப் போயிட்டென். ‘கொஞ்சம் கடனா ரூவா கெடெக்குமா தாயி’ன்னு வெக்கத்த விட்டு, கேட்டென். அசலூர்க்கார பிள்ளைட்ட போயி கடன் கேக்கோமேன்னு கேவலமாதான் இருந்துச்சு. வேற என்ன செய்ய சொல்லுதெ? மறுபேச்சு பேசலயே. வீட்டுக்குள்ள போயி, பெட்டியை தெறந்து ரூவாயோட வந்துட்டா மவராசி. தை மாசம் தாரன்னுட்டு வாங்கிட்டு வந்தென்? இல்லைன்னா, வரி

கொடுக்காம கேவலலா பட்டிருப்பென். அவ என்ன தொழிலும் பண்ணிட்டும் போட்டும். அந்த மனசு ஒனக்கு வருமாடே? சொந்தக்கார பயலுவோ கடன் கொடுப்பானுவளா? மீன் வித்த துட்டு என்ன, நாறாவால போது?' என்று விறகுக்குப் போகும் முத்தையா, ஊரில் அவள் பெருமைப் பேச ஆரம்பித்துவிட்டார். இதைத் தொடர்ந்து பலர் அவளிடம் கடன் கேட்டு நிற்கத் தொடங்கி இருந்தனர்.

இந்தக் கொடுக்கும் குணம் காரணமாக அவளிடம் பேசவே தயங்கும் பெண்கள் அவளின் தோழிகளாகி இருந்தனர். அவள் மகனுக்குத் தெருவில் சேக்காளிகள் கிடைத்தார்கள். இருந்தாலும் அனாவசியமாக அவள் ஊருக்குள் அலைவதில்லை. இரண்டு வேளை மட்டுமே அவள் வீட்டுக்குள்ளிருந்து வெளியே வருவாள். ஒன்று அதிகாலையில் வாய்க்காலில் குளிப்பதற்கு. மற்றொரு முறை பக்கத்து டவுனில் படிக்கிற மகன் பஸ்சில் இருந்து இறங்கியதும் அழைத்துப் போவதற்கு. இந்நேரங்களில் அவளைப் பார்ப்பதற்காக ஒரு கூட்டம் கூடும். காலையில் இவள் குளிக்கும் இடத்துக்கு கொஞ்சம் மேற்கு பக்கமாக இருக்கிற திண்டில் சிலர் அமர்ந்திருப்பார்கள். மாலையில் சுடலைமாட சுவாமி கோயில் சுவர். இவர்களுக்கான பிரச்னை, 'இவ்வளவு பேரழகு கொண்டவள், தங்களை ஏற்றுக்கொள்வாளா?' என்பதுதான்.

மாடு மேய்த்துக் கொண்டிருக்கும் கூனையன், அவள் வீட்டுக்குப் போய்விட்டு வந்ததை பிள்ளையார் கோவிலுக்குப் பின்பக்கம் அமர்ந்து பெருமையாகச் சொல்லிக் கொண்டிருப்பான். 'ஆயிரஞ் சொல்லுலெ. அவா பேசுனாலெ போதும். என்னா கொரலுங்கெ. கேட்டுட்டே இருக்கலாம்லா" என்று ஆரம்பித்து அவன் விவரிக்கும்போது அதைக் கேட்டுக் கொண்டிருக்கிறவர்களுக்கு காமம் தலைக்கேறும். இவர்கள் கேட்கிறார்கள் என்பதற்காகவே கற்பனையாகவும் சில விஷயங்களை அவன் சொல்வான். இம்மாதிரியான கதைகள் அவள் பற்றிய ஏக்கத்தை ஊருக்குள் அதிகமாக்கி இருந்தது.

புதிகாக கல்யாணம் ஆன தங்கசாமியை, திருட்டு வழக்கு ஒன்றில் போலீஸ் பிடித்துச் சென்றபோதுதான் சில்க்கின் அதிகாரத்தை ஊர் அறிந்தது. தங்கசாமி பழைய குற்றவாளி. கடந்த சில வருடங்களாகச் சித்தாள் வேலைக்குப் போய்விட்டு திருந்தி வாழ்கிறவன். ஆழ்வார்க் குறிச்சியில் நடந்த திருட்டு வழக்கு ஒன்றில் இவனைப் பிடித்துப் போனது போலீஸ். அவன் புது மனைவி துடித்துப்போனாள். அவன், திருடவில்லை என்று மறுத்தும், 'ஸ்டேஷன்ல ஐயாவ பாத்துட்டு வந்துரு' என்று அழைத்துப் போனார்கள். தெருவே பரபரப்பானது. கல்யாணம் ஆன நான்கு நாட்களிலேயே இப்படி பிடித்துக்கொண்டு போனது தெருக்காரர்களுக்கு

ஒரு மாதிரியாக இருந்தது. ‘பாளையங்கோட்டைக்குலா கொண்டு போயிருவானுவோ’ என்று கவலைப்பட்டுக் கொண்டிருந்தார்கள்.

சில்க்கிடம் இந்த விஷயத்தை யாரோ சொன்னார்கள். அவள், தங்கசாமி வீட்டுக்குப் போனாள். ‘ஒண்ணும் பிரச்னை இல்லெ. ஒன் வீட்டுக்காரன் வந்துருவான். நா பாத்துக்கிடுதென்’ என்று ஆறுதல் சொல்லிவிட்டு வந்தாள். அவள் சொன்னதை முதலில் யாரும் சீரியசாக எடுத்துக் கொள்ளவில்லை. அவள் சொன்னது போலவே, ராத்திரி கடைசி பஸ்சில் வந்து இறங்கியிருந்தான் தங்கசாமி. காலையில் எழுந்ததும் பொண்டாட்டியுடன் அவள் வீட்டுக்குப் போனான். காலில் விழப்போனவனிடம், ‘ச்சே என்ன வேலை பார்க்க?’ என்று நகர்ந்தாள். அவன் திடீரென தனது சட்டையை கழற்றி முதுகைக் காண்பித்தான். பிரம்பால் அடித்த அடி, தடம் போல் பதிந்திருந்தது. ‘போலீஸ்காரங்க அடிச்சே கொன்னுருப்பானுவோ. நீ மட்டும் சொல்லலைன்னா..?’ என்று அழ ஆரம்பித்திருந்தான். அவன் மனைவியும் சேலை முந்தானையை வாயில் வைத்துக்கொண்டு கவலையாக நின்றாள். ‘அழாத. ஒண்ணும் பிரச்னையில்லை. நீ வீட்டுக்குப் போ’ என்ற சில்க் இருவருக்கும் காபி போட்டுக் கொடுத்தாள். அவன் போகும்போது, ‘வாரென்க்கா’ என்றான். அந்த ‘அக்கா’வை ரசித்தவளாக அவள் இருந்தாள்.

வயதாக ஆக அவளின் இளமை கூடிக்கொண்டே இருந்தது. ‘அணைய போற விளக்கு பளிச்சுனு எரியற’ மாதிரி ஒரு சித்திரையில் திடீரென இறந்து போனாள் சில்க். அவள் மரணம் யாராலும் நம்ப முடியாததாக இருந்தது. மாரடைப்பால் மரணம் என்றார்கள். ‘நேத்து சாய்ந்தரம் ஏங்கிட்டெ பேசிட்டுதான் படுக்கப் போனா. அதுக்குள்ளெ இப்டி போயிட்டாளெ?’ என்று ஆச்சரியமாகப் பார்த்துக் கொண்டிருந்தாள் சுப்பாச்சி. அவள் உடல் வைக்கப்பட்டிருந்த வீட்டின் முன் எல்லாரும் கூடியிருந்தார்கள். யாரும் அழவில்லை. கடன் கொடுக்கவும் போலீஸ் பிரச்னை என்றால் சொல்லி விடுவிக்கவும் இனி யாருமற்ற ஊரில், எப்படி வாழ்வது என்கிற யோசனை எல்லோர் முகங்களிலும் தெரிந்துகொண்டிருந்தது. வேலைக்குப் போன தங்கசாமி விஷயம் கேள்விப்பட்டு பாதியில் திரும்பினான். வேக வேகமாக வந்தவன் அவள் உடலைப் பார்த்தான். பெரும் உணர்ச்சியில் சத்தமாக அழத் தொடங்கினான். எல்லாரும் அவனையே பார்த்தார்கள். அந்த அழுகை சத்தம் அவனை பயமூட்டிக்கொண்டே இருந்தது

# 3

# கனவுகளின் ரசிகன்

**மா**டசாமி அண்ணனின் தோட்டத்துக்குள் இருக்கும் குச்சில்தான், எம்.ஜி.ஆர் ரசிகர் மன்ற இடமாக இருந்தது. காளை மற்றும் பசுமாடுகளின் மணிகள், வில் வண்டிக்கான தார்க்குச்சிகள், அதில் அமர்வதற்காகச் செய்யப்பட்ட இலவம்பஞ்சு தலையணைகள், ஏர்க்கலப்பை, மரமடிக்கும் பலகைகள், கயிறுகள், மாட்டின் மணிகள் உள்ளிட்ட பொருட்கள் அடைந்து கிடக்கும் இடத்தில், ஓர் ஓரமாக உடைந்த மேஜை. அருகில் சிறு சேர். நான்கைந்து முக்காலிகள். மேஜையின் பின்பக்கச் சுவரில் பலவித போஸ்களில் எம்.ஜி.ஆர் பட போஸ்டர்கள் ஒட்டப்பட்டிருக்கும். ரசிகர் மன்றத்துக்கான அடையாளமாக இதுவே போதுமானதாக இருந்தது.

மன்றத்துக்கு வெளியே எம்.ஜி.ஆர் மாதிரி உடலை கட்டுக்கோப்பாக வைத்துக்கொள்ள, தண்டால் எடுப்பதற்காக இரண்டு ஆட்டு உரல்களும் கர்லா கட்டைக்காக கருவை மரத்தூர் ஒன்றும் கிடக்கும். எப்போதும் எம்.ஜி.ஆர்

பாடலை டேப் ரெக்கார்டரில் கேட்பது, அவர் மாதிரியே நடப்பது மற்றும் பேசுவதுதான் மாடசாமி அண்ணனின் வேலை. அந்த இருட்டு குச்சிலுக்குள் எப்போதும் கருப்பு கண்ணாடியை அணிந்துகொண்டு அண்ணன் பண்ணுகிற அழிச்சாட்டியம் தான் உறுத்தலாக இருக்கும்.

‘ஏ கூறுகெட்டவன. வண்டி மை நெறத்துல இருந்துட்டு கண்ணாடி வேறயா, கழத்துல? எவனும் கல்ல கொண்டி எறிஞ்சிர போறாம்’ என்று மன்றத்து ஆட்கள் முன்பு, அண்ணனின் பாட்டி கேவலப்படுத்துவது அவனுக்குத் தாங்க முடியாத பிரச்னை.

‘மொதல்ல இவ கழுத்த நெரிக்கணும்’ என்று முணுமுணுத்துவிட்டு டேப்பில் சத்தத்தை கூடுதலாக வைப்பான். அண்ணன்தான் மன்றத் தலைவர். செயலாளர் எனச் சொல்லப்பட்ட முருகன், வயலில் ஏர்க்கலப்பையை பிடித்துக்கொண்டு தனது கொடுமையான குரலில், ‘விவசாயி… விவசாயி’ என்று இழுத்து பாடும்போது, பக்கத்து வயலில் நிற்பவர்கள், ‘எய்யா ரொம்ப முக்காத. கழுத கிழுத வந்துரப்போது’ என்பார்கள். இதையெல்லாம் கண்டுகொள்கிற ஆளில்லை அவன். தனது பாடலில் அவன் உறுதியாக இருப்பான். பொருளாளரான சைக்கிள் கடை தீ என்கிற தீனதயாளன், நறுக் மீசை வைத்துக் கொண்டு கைகளில் கட்ஸ் தெரிகிற மாதிரி சட்டையை டைட்டாக அணிந்து அலைபவன். இவர்கள் மூவரும் பத்து பதினோரு மணிக்கு மேல் மன்றத்துக்கு வருவார்கள்.

‘ஆழ்வாரிச்சி தியேட்டர்ல வேலை பாக்காம்லா சங்கரு. அடுத்த வாரம், ‘உரிமைக்குரல்’ போடுதாம்னான். என்ன செய்யலாம்?’ என்று விவாதம் நடக்கும். அக்கம் பக்கத்து ஊர் திரையரங்குகள், அரசு குறிப்பிடும் நடமாடும் திரையரங்கு வகையை சேர்ந்தவை. அதனால், புதிதாக ரிலீஸ் ஆகிற படங்கள் இங்கு வர வருடங்கள் ஆகும். அதனால் இருக்கவே இருக்கிறது பழைய படங்கள். போனமுறை கோட்டைவிளைபட்டி பாபி தியேட்டரில், ‘ஆயிரத்தில் ஒருவன்’ போட்டபோது, முதல் நாள் எல்லாருக்கும் சாக்லெட் கொடுத்தார்கள். இதில் மாடசாமி அண்ணன், பெண்கள் கவுன்டருக்கு அருகில் நின்று சாக்லெட் கொடுத்து புண்ணியம் தேடிக் கொண்டான். சாக்லெட்டுக்கான காசை டீ கடை பாலு கொடுத்தார். இவர்களை விட வயதில் சீனியரான பாலுவுக்கு இப்படி உதவி செய்வதில் அலாதி பிரியம். அதனால் அவருக்கு மன்றத்தில் கவுரவ தலைவர் பொறுப்பு கொடுக்கப்பட்டிருந்தது.

‘உரிமைக்குரலு’க்கான விவாதத்தில் ‘தீ’தான் இப்படியொரு ஐடியாவை கொடுத்தான்.

‘படத்துல ‘மாங்கா திருடி திங்கிற பெண்ணே மாசம் எத்தனையோ’ன்னு பாட்டு வருது.

அதனால...’

‘மாங்கா கொடுக்கலாங்கியோ?’

‘மாம்பழம்?’

நல்ல ஐடியாவாக இது ஏற்கப்பட்டு மாம்பழத்துக்கு பட்ஜெட் அதிகம் என்பதால் ஊரில் உள்ள கடைகளில் காசு வசூலிப்பது என்று முடிவு செய்யப்பட்டது. டீ கடை பாலு இதற்கான ஏற்பாடுகளை செய்து வந்தார். நூற்றி ஐம்பது சிறு மாம்பழங்கள் பொட்டல்புதூர் மார்க்கெட்டில் வாங்கப்பட்டன. தியேட்டருக்கு கொண்டு போவதற்குள் ஆளுக்கொன்றை ருசி பார்த்துவிட்டார்கள். அங்கு கூட்டத்தை பார்த்ததும் கெதக் என்றானது மாடசாமி அண்ணனுக்கு. நிற்க இடமில்லாமல் அலைமோதியது கூட்டம்.

‘இந்த கூட்டத்துக்கு இது எப்டில பத்தும்?’ என்றான் முருகன். ஆபரேட்டர் ரூமில் இருந்து வந்த சங்கர், மாடசாமி அண்ணனிடம் மரியாதை நிமித்தமாகப் பேசிவிட்டு நான்கு மாம்பழங்களை அள்ளிக் கொண்டு போனான். பிறகு, பெண்கள் கவுன்டரில் மட்டும் மாம்பழம் கொடுப்பது என்றும் முதலில் வருபவர்களுக்கே முன்னுரிமை என்ற அடிப்படையிலும் கொடுக்கத் தொடங்கினான்.

காலையில் தோப்பில் விழுந்த கிடந்த மட்டைகளை அள்ளிக்கொண்டு தோட்டத்தில் போட்டுவிட்டு, மன்றத்தில் பாட்டுக் கேட்டுக்கொண்டிருந்த அண்ணனை, அவனது பாட்டி அழைத்தாள்.

‘ஏலெ. நம்ம சொள்ளமுத்து மவளுவோ, மீனா பிள்ளெயும் செல்லம்மாவும் சினிமாவுக்கு வந்தாவோளாம். நீ எல்லாத்துக்கும் மாம்பழத்த கொடுத்துட்டு இவ்வோளுக்கு கொடுக்கிலியாமே? காலேல படித்தொறல வச்சு, என்னா பேச்சு பேசுது அந்த பிள்ளெ’ என்று அவள் சொன்னதும் இது, புது வில்லங்கமாக இருக்கிறதென்று நினைத்தான்.

‘நாங்க என்ன ஒண்ணுமில்லாமயா இருக்கோம். எங்கள பாத்து எளக்காரமா ஒம் பேரனுக்குன்னு சண்டைக்குலா வருது. எல்லாத்துக்கும் கொடுத்தவன் அவ்வோளுக்கு கொடுத்தாதாம் என்ன?’ என்றவளிடம் எப்படிச் சொல்லி புரிய வைப்பது எனத் திணறிக் கொண்டிருந்தான். ரசிகர் மன்ற வாழ்க்கையில் இதெல்லாம் சகஜம் என்றான் தீ. செயலாளரான முருகனுக்கு சொள்ளமுத்து வீடு சொந்தம் என்பதால், மாடசாமியுடன்

சேரக்கூடாது என்று உத்தரவிடப்பட்டது. ஆனால், அதை மீறியதுதானே நட்பு.

அவ்வப்போது இது போன்ற பிரச்னைகள் வந்துகொண்டிருக்க, இன்னொரு பிரச்னையும் அவர்களுக்கு ஊரில் இருந்தது. அது சிவாஜி ரசிகர் மன்றத் தலைவர் 'சிவாஜி' வேம்பு. இவர்களைக் கண்டாலே முறைத்துக்கொண்டு அலைகிறவன். பேச்சுவார்த்தை கூட, ஏடாகூடமாகத்தான் இருக்கும். மாடசாமி அண்ட் கோ மாம்பழம் கொடுத்ததற்கு அடுத்த நான்காவது நாள், 'வசந்த மாளிகை' போஸ்டர் ஒட்டப்பட்டிருந்தது. உள்ளூர் தியேட்டர் என்பதால் பிரச்னை இல்லை. வேம்புவுக்கு, மாடசாமி அண்ணன் வீட்டுக்கு அடுத்த தெருவில்தான் வீடு. அங்கு மன்றம் என்ற ஒன்று இல்லையென்றாலும் அவன் வீட்டின் பின்புற சுவரில் சிரித்துக் கொண்டிருக்கும் சிவாஜி போஸ்டர், பெரிதாக ஒட்டப்பட்டிருந்தது. சிவாஜி ரசிகர்களின் மீட்டிங் பிளேசாக புளியரமரங்கள் அடர்ந்திருக்கும் வடக்குத் தெரு இருந்தது.

'ஏலெ. அவனுவோ, மாம்பழம் கொடுத்திருக்கானுவோ. நாம வேற புதுசா கொடுக்கணும்' என்றபடியே கூட்டம் ஆரம்பித்தது. வேம்பு, சைக்கிளை ஸ்டாண்ட் போட்டு அதன் கேரியரில் உட்கார்ந்திருந்தான். எதிரில் இருந்த கட்டமண் சுவரில் ரசிகர் மன்ற நிர்வாகிகளான சுடலை, வைத்தி, சைலு, கல்யாணி ஆகியோர் உட்கார்ந்திருந்தார்கள்.

'படத்துல தலைவர் ஸ்டைலா சரக்கு அடிப்பாரு' என்று சொல்லிவிட்டு சுடலை கேப் விட்டதும் வேம்பு அவன் முதுகில் மிதித்து 'உருப்டியா எதாவது சொல்லு' என்றான். பிறகு சிறிய வகை கடலை மிட்டாய் பாக்கெட் கொடுப்பது என்று முடிவானது. மாம்பழத்துக்கு கடலை மிட்டாய் ஈடானது அல்ல என்றாலும் பொருளாதாரப் பிரச்னை கருதி இந்த முடிவு எடுக்கப்பட்டது. அது மட்டுமில்லாமல் அவர்கள் மாம்பழத்தை எல்லோருக்கும் கொடுக்காதது குறையாகச் சொல்லப்பட்டு வந்தது. இவர்கள், எல்லோருக்கும் கொடுப்பது என்ற முடிவோடு இருநூற்றைம்பது சிறிய கடலை மிட்டாய் பாக்கெட்டுகளை வாங்கினார்கள். இத்தகவல் முதல் நாளே தியேட்டர் ஓனரான நைனாவுக்குத் தெரிவிக்கப்பட்டு விட்டது.

சிவாஜி ஸ்டைலில் வெள்ளை நிறச்சட்டையும் பேன்டும் அணிந்து வேம்பு நின்றுகொண்டிருக்க, விளக்கெண்ணெய் தேய்த்து பணிய வைக்கப்பட்ட தலைமுடி மட்டும் சப்பென்று அமுங்கி கிடந்தது. அதை முன்பக்கம் இழுத்து சுருட்டி விட அவன் செய்த முயற்சிகள் பலனளிக்கவில்லை. 'அப்டியே சிவாஜி மாரியே இருக்கல' என்று சைலு உசுப்பேற்றி விட, அதை நிஜமென நம்பிக்கொண்டு அடிக்கடி பேன்ட் பாக்கெட்டுக்குள் கைகளை விட்டுக்கொண்டு ஆளில்லாத ஏரியாவில் அங்கும் இங்கும் தலையை

ஸ்டைலாகத் திருப்பி பார்த்துக்கொண்டிருந்தான். ஆறரை மணி காட்சிக்கு மூன்று மணிக்கே தியேட்டருக்கு வந்திருந்தார்கள்.

தியேட்டர் ஓனரான நைனாவின் வீடு எதிரில் மாந்தோப்புக்குள் இருந்தது. அவர் தற்செயலாக இவர்களைப் பார்த்துவிட்டு, 'என்ன வேம்பு, அதுக்குள்ள வந்துட்டெ. கல்லமுட்டாய கொண்டாந்தாச்சா?' என்று கேட்டார். ஆமா என்றதும் இரண்டு பாக்கெட்டை எடுத்துக்கொண்டு போனார். ஐந்தே முக்கால், ஆறு மணிக்குதான் ஒவ்வொருவராக வந்தார்கள். அன்று திருமண நாள் என்பதால் பக்கத்து ஊரான தாட்டாம்பட்டிக்கு கல்யாண வீட்டுக்கு வந்திருந்த கோஷ்டி அப்படியே ஆறு மாட்டு வண்டிகளில் வந்து இறங்கினார்கள். வந்தவர்கள் எல்லோரும் 'சிவாஜி' வேம்புவை ஒரு மாதிரியாகப் பார்த்துவிட்டுப் போனார்கள்.

கொஞ்சம் கொஞ்சமாகக் கூட்டம் கூடி, கடலை மிட்டாய் கட்டுபடியாகாது என்ற நிலை ஏற்பட்டது. இவர்களும் பெண்களுக்கே கொடுக்க நினைத்து கொடுத்தார்கள். வழக்கம் போல் குறைந்துவிட்டது. மறுநாள் பிரச்னை.

'வெளியூர்க்கார பொம்பளை பிள்ளைலுக்கு கொடுக்காம் ஒங்க அண்ணன். எங்கள பாத்ததும் பேசாம போயிட்டாம். நாங்க என்ன கல்லமுட்டாயிக்கா அலையுதோம்' என்று மேலத்தெரு தோழி சொன்னதாக, 'சிவாஜி' வேம்புவின் தங்கச்சி புகார் வாசித்தாள். இப்புகாரை அடுத்து இனி இலவசங்களைக் கைவிட்டுவிட்டு, ஸ்லைடுகளில் ரசிக மகாஜனங்களை வரவேற்றால் போதுமானது என்று முடிவு செய்யப்பட்டது. பொட்டல்புதூரில் ஸ்லைடு எழுதும் பரணியிடம் சொன்னதும், 'மன்றத்துக்கு என்ன பேர் வச்சிருக்கியோ? 'வசந்த மாளிகை' சிவாஜி ரசிகர் மன்றம்னு போடவா, 'புதிய பறவை' ரசிகர் மன்றம்னு எழுதவா?' என்று கேட்டுக் குழப்பினான். இப்படியொரு யோசனை நமக்கு வரவில்லையே என்று நினைத்த வேம்பு, 'வசந்த மாளிகை'க்கு ஓ.கே.சொன்னான்.

இதே போல மாடசாமி அண்ணனும் 'உலகம் சுற்றும் வாலிபன்' எம்.ஜி.ஆர் ரசிகர் மன்றம் என்ற ஸ்லைடை ரெடி பண்ணினான். சாக்லெட், கடலை மிட்டாய் போன்ற இலவசப் போருக்குப் பிறகு ஸ்லைடு போர் ஆரம்பமானது உள்ளூர் மற்றும் அக்கம் பக்கத் தியேட்டர்களில். ஆழ்வார்க்குறிச்சியில் 'அன்பே வா' படமும் உள்ளூரில் 'பட்டிக்காடா பட்டணமா' படமும் வெளியான நேரத்தில் இரண்டு கோஷ்டிக்கும் சண்டை வந்து சேர்ந்தது. ஊனி கம்பும், உருட்டு கட்டையுமாக வந்த சண்டையை தீர்க்கப் பெரும்பாடாகிவிட்டது, ஜெய்சங்கர் ரசிகர் மன்றத்துக்காரர்களுக்கு.

இச்சண்டைக்குப் பிறகு வேம்புவும் மாடசாமி அண்ணனும் பெரும்பகையாளி ஆனார்கள். எதிரெதிர் சந்தித்துக் கொண்டால் கூட

முகத்தை திருப்பிக்கொண்டு நடக்கலானார்கள். ‘மாடசாமியும் வேம்பும் மோறய தூக்குத மாரிலா தூக்குதானுவோ’ என்று வேறோர் சண்டைக்கு உவமை பொருளானார்கள். பயல்களுக்குள் மாடசாமி கோஷ்டி என்றும் வேம்பு கோஷ்டி என்றும் புது கோஷ்டி உருவாகி இருந்தது.

இன்று அப்படியில்லை. கோயில் கொடை ஒன்றுக்காக ஊருக்குச் சென்றிருந்தபோது, மாடசாமி அண்ணனும் வேம்புவும் ஆலமரத்திண்டில் அருகருகில் உட்கார்ந்துகொண்டு பாசமாகப் பேசிக் கொண்டிருந்ததைப் பார்த்ததும் மகிழ்ச்சியாக இருந்தது. ‘எப்பவோ சொந்தக்காரனுவோ ஆயிட்டானுவளே’ என்றான் நண்பன். அவர்களையே பார்த்துக்கொண்டிருந்தேன். எம்.ஜி.ஆரும் சிவாஜியும் பேசிக்கொண்டிருப்பது போலவே இருந்தது.

## 4

# சைக்கிள்கள் அடையும் கூடு

வேப்ப மரத்தின் கிளையில் தொங்கும் கிழிந்த டயர்களும் டியூப்களும்தான், மந்திரதாஸ் சைக்கிள் கடையின் பிரதான அடையாளம். ஊரில் இருக்கிற ஒரே சைக்கிள் கடை என்பதால், அடையாளம் தேவையில்லை என்றாலும் கேட்கிறார்களா என்ன? 'வெளியூர்க்காரென் வாராம்னு வையி. அவனுக்கு சைக்கிளு கடெ எங்கயிருக்குன்னு தெரியாண்டாமா? இதுவோளப் பாத்தாம்னா, நின்னு பஞ்சரு கிஞ்சரு ஒட்டுவாம்லா?' என்று சொல்லப்பட்ட ஆலோசனையின் பேரில் மரத்தில் தொங்கிக் கொண்டிருந்தன அந்த டயர்களும் டியூப்களும்.

மரத்தை அடுத்து கட்டப்பட்டிருந்தது கடை. பஸ்கள், கடை முன்தான் நிற்கும் என்பதால் எப்போதும் வெள்ளையும் சுள்ளையுமாக நான்கைந்துபேர் அங்கு நின்றுகொண்டிருப்பார்கள். அவர்களுக்காக, மரத்தின் அருகே சுவரோடு ஒட்டி திண்ணை போன்று சிமென்ட் தளம் அமைக்கப்பட்டிருந்தது. பெரும்பாலும் அந்த இடத்தை பஸ்சுக்கு

செல்லாதவர்களே ஆக்கிரமித்துக் கதை பேசிக்கொண்டிருப்பார்கள்.

முன்பக்கம் தென்னங்கூரை வேயப்பட்ட கடையினுள் நேரெதிரே, கருப்பு வெள்ளையில் பெரியார், மார்க்ஸ், ஏங்கெல்ஸ், லெனின் படங்கள் மாட்டப்பட்டிருக்கும். பத்தையூரில் இருந்து ஊருக்குத் துஷ்டி சொல்ல வந்த இசக்கி, போட்டோவை பார்த்துவிட்டு, 'இதுல ஓங்கப்பா யாரு மாமா. நடுவுல உள்ளவரா, மொதல்ல உள்ளவரா?' என்று கேட்டதில் நொந்து போனார் மந்திர தாஸ். இதே போல தோப்புக்குப் போக சைக்கிள் கேட்ட பேச்சி தாத்தாவும், 'ஓங்கப்பனெ மொத படத்துல வச்சிருக்கெ சரி. பக்கத்துல இருக்கவோளாம் யாருடெ?' என்று கேட்டதற்குப் பிறகுதான் பிரச்னைக்கு முடிவு கட்ட நினைத்தார். அதாவது அவரது அப்பா போட்டோவை தேடிக் கொண்டு வந்து கிழக்கு நோக்கி மாட்டி, பொட்டு வைத்து, மாலை அணிவித்ததை அடுத்து பிரச்னை முடிவுக்கு வந்தது.

போட்டோக்களுக்கு கீழே, எங்கெங்கு காணினும் ஏதாவது ஒரு பொருள் இடத்தை அடைத்துக் கொண்டிருக்கும். இடப்பக்கம் அழுக்கடைந்த நான்கைந்து பழைய சைக்கிள்கள் சரிந்து கிடக்க, முன் மற்றும் பின்பக்க டயர்கள் இல்லாத சைக்கிள்கள் அரைகுறையாக அனாதையாகத் தூங்கிக்கொண்டிருக்கும். அவற்றின் மேல், உடைந்த நாற்காலிகள். வாசலில் இருந்து பார்க்கும்போது சைக்கிள்கள் அடைந்திருக்கும் கூடெனத் தோன்றும். இவற்றை ஒதுக்கி, கடைக்குள்ளே மந்திரதாஸ் செல்வதென்பது அவ்வளவு லேசுபட்டதல்ல. ஆனால் தடைகளைத் தகர்த்து தினமும் உள்ளே சென்று வந்துகொண்டுதான் இருக்கிறார். கடையை திறந்ததும், 'இதுவோளெ ஒரு நாளு கிளீனு பண்ணணும்' என்று தினமும் நினைத்தாலும் ஒரு நாளும் அதைச் செய்யத் தோன்றாது அவருக்கு.

முன் கூரையின் கீழே, பஞ்சர் பார்ப்பதற்கான டேப்புக்கட்டை (உப்புத்தாள்), சொல்யூஷன், வெட்டப்பட்ட சைக்கிள் டியூப்புகள், உட்கார்ந்து கொள்வதற்கான சிறு பலகை, பஞ்சர் டியூப்பை டெஸ்ட் பண்ண ஈயச் சட்டியில் அழுக்குத் தண்ணீர். அந்தரத்தில் தலைகீழாகத் தொங்கும் டயர்கள் கழற்றப்பட்ட சைக்கிள்கள், கீழே நெளிந்து கிடக்கும் ரிம், வால் டியூப்புகள், நட்டுகள், பீடிகட்டு போட்டு வைக்கப்பட்டிருக்கும் சிறு டப்பா, விற்பனைக்காக ஓரத்தில் தொங்கும் சீட் மற்றும் கைப்பிடி கவர்கள், பார் கவர், பூட்டு, பெடல் கவர்... இவற்றுக்கு மத்தியில் உட்காருவது என்பது மந்திர தாஸால் மட்டுமே சாத்தியமான ஒன்று.

கடை முழுவதும் ஆக்கிரமித்திருக்கும் சொல்யூஷன் வாசனையை நுகர்ந்துகொண்டே, சாரத்தை டவுசர் தெரிவதுபோல் கட்டியவாறு பலகையில் உட்கார்வார். அதற்கு முன் கர் புர்ரென இழுத்து நெளித்து சத்தம் கொடுத்துக் கொண்டிருக்கும் பஞ்சாயத்து ரேடியோவின் சத்தத்தைக்

குறைத்துவிட்டும், அதனருகில் பாதி வளர்ந்திருக்கும் பூவரசம் செடிக்கு வாளியில் தண்ணீர் ஊற்றிவிட்டும் வருவார்.

கடையில் இருந்து காற்றடிக்கப்பட்ட சைக்கிள் டியூப்பை தண்ணீருக்குள் அமுக்கி பஞ்சரான இடத்தை அவர் தேடிக் கொண்டிருக்கும்போதோ, அல்லது உட்கார்ந்திருக்கும்போதோ எட்டு மணி தேவி பஸ் வரும். ஒருவரோ, இருவரோ இறங்கி, 'நான் ஊருக்கு வந்துட்டென்' என்பது மாதிரி, மந்திர தாஸைப் பார்த்து புன்னகைப்பார்கள். அந்த புன்னகைக்கு, 'எங்கடெ போயிட்டாரெ' என்று அவர் கேட்க வேண்டுமென்பது அர்த்தம். அவர் கேட்காவிட்டாலும், 'புலியூருக்கு சித்தி வீட்டுக்குப் போயிட்டாரன். அங்கெல்லாம் என்னா மழைங்கெ' என்று ஆரம்பிப்பார்கள். அதை நிறுத்துவது மாதிரி, 'நீ மொதல்ல வீட்டுக்குப் போடெ. இன்னும் வரலையென்னு தேடப் போறாவோ' என்பார் அவர்.

எட்டு எட்டரை ஆனதும் செல்லையா கடையில் இருந்து டீ வரும். குடித்துவிட்டு முதல் பீடியை பற்ற வைத்து உட்காரவும் செய்தித்தாளோடு மீசையை தடவிக்கொண்டே வந்து சேர்வார் கந்தசாமி. அவரது கூட்டாளி. பேப்பரை வாசித்துவிட்டு இருவரும் அரசியல் பேச ஆரம்பித்தால், சண்டை நடப்பது போல்தான் இருக்கும். எதிரெதிர் கட்சித் தலைவர்களை இவர்களாகவே பாவித்துக்கொண்டு நடக்கும் பேச்சில் காட்டம் அதிகமாகவே இருக்கும். கடைக்கு பக்கத்து வீட்டுக்காரியான ராசம்மா, 'அவயத்தை கொறெக்கெளா? மாடுவோ களெயுது' என்று முனங்கிக் கொண்டு போவாள்.

'நீ போ தாயீ' என்கிற கந்தசாமி, 'இப்டி ஒண்ணுந் தெரியாததுவோட்ட ஒக்காந்துகிட்டு என்னத்தெ அரசியல் பேசங்கெ?' என்று அலுத்துக் கொள்வார். பிறகு மெதுவாகப் பேசுவார்கள். ஆனால், திடீரென்று சத்தம் எகிறும். புதிதாக வருபவர்கள் அந்தப் பகுதியை கடக்கும்போது நின்று வேடிக்கை பார்த்துவிட்டுதான் போவார்கள். சிறிது நேரத்தில் பால் வினியோகம் பண்ணும் சிசெர் ராமசாமியும் குட்டிக் கண்ணனும் வந்துவிடுவார்கள். 'ஒங்களுக்கு இதெ வேலெயா போச்சு' என்று கடையில் இருக்கும் டப்பாவில் இருந்து ஒரு பீடியை எடுத்து இழுப்பான் சிசெர். இருவரும் கடையில் உட்கார்ந்துகொண்டு மந்திர தாஸுக்கு ஸ்பேனர்களை எடுத்துப் போடுவது, சாப்பிட வீட்டுக்குப் போனால் கடையை பார்த்துக் கொள்வது என எடுபிடி வேலை செய்துகொண்டிருப்பார்கள்.

அதற்குள் குட்டை சைக்கிள் எடுக்க, இரண்டு மூன்று பொடிசுகள் வரும். 'குட்டெ சைக்கிளா? மெதுவா ஓட்டிட்டு வரணும். கீழ போட்டியோன்னா, பெறவு சைக்கிள் தர மாட்டென்' என்று அட்வைஸ் பண்ணிட்டு, 'மணியை

பாத்துக்கிடுங்கலெ. எட்டே முக்காலு. ஒன்பதெ முக்காலுக்கு வந்தெர்ணும்' என்று கொடுப்பார். இதற்கிடையில் இன்னும் இரண்டு மூன்று பொடிசுகள் அதே சைக்கிளை கேட்டு வரும். 'ஒரு மணி நேரம் கழிச்சு வாங்கென்னா?' என்று அனுப்பிவிட்டு பேச்சைத் தொடர்வார். அந்த ஒரு மணி நேரமும் கடைக்கு அடுத்து இருக்கிற ஆலமர மூட்டில் சைக்கிளை ஆவலோடு எதிர்பார்த்து அமர்ந்திருப்பார்கள் பொடிசுகள். திண்டில் உட்கார்ந்திருக்கும் குட்டிக்கண்ணன், 'ஏண்ணே ஒரு பிய்ஞ்ச டயரு இருந்தா தா. அண்ணன் மவென் வட்டு ஓட்டணும்னு அழுதுட்டிருக்காம்' என்பான். கடைக்குள்ளெ ஓட்டை விழுந்து கிடக்கும் டயர்களில் ஒன்றை எடுத்துக் கொள்ள சொல்வார் அவர்.

இதைத் தாண்டி பக்கத்து ஊர்களான பூவன்குறிச்சி, தாட்டாம்பட்டி, கோட்டைவிளை பட்டி, கருத்தப் பிள்ளையூர், கல்யாணிபுரம், ஆழ்வார்க்குறிச்சி, பாப்பான்குளம் ஆகியவற்றுக்குச் செல்ல சைக்கிள் கேட்டு வருபவர்களும் உண்டு. சிறு நோட்டு ஒன்றில் பெயர், நேரம் மற்றும் வண்டி எண்ணை எழுதி வைத்துக் கொண்டு கொடுப்பார். மாலை ஆறு மணிக்கு மேல் சினிமா பார்க்க சைக்கிள் கேட்பவர்களுக்கு ஆள் பார்த்துதான் தருவார் தாஸ். ஏனென்றால் வக்கெட்டையும் கப்பக் காலனும் செய்த வேலை.

புதிதாக நான்கு சைக்கிள்களை இறக்குமதி செய்திருந்தார் தாஸ். அதில் ஒன்றை சினிமாவுக்கு போவதற்காக இவர்களுக்கு கொடுத்தார். சைக்கிளை வாங்கிய இருவரும் கோட்டை விளைப்பட்டியில் ஓவராகப் பயினி குடித்துவிட்டு போதையில் மல்லாந்துவிட்டார்கள். தெளிந்து எழுந்த போது கை, கால்களில் சிராய்ப்பு. முகத்தில் வீக்கம். சைக்கிளை காணவில்லை. வி.கே.புரம் போலீஸில் புகார். பிறகு தேடிப் பார்த்ததில் கிணறு ஒன்றிலிருந்து எடுக்கப்பட்டது வளைந்து நெளிந்த சைக்கிள். அது கிடைத்துவிட்டாலும், 'குடிக்க போறதுக்கு நீதாம் ஒவ்வொருத்தனுக்கும் சைக்கிள் கொடுக்கியோ? இன்னொரு தெடவை இப்டின்னா, ஒன்னியெ தூக்கி உள்ளெ வச்சிருவென்' என்று புதிதாக வந்த எஸ்.ஐ., மந்திர தாஸை போட்டு தாக்கியதில் நடுங்கிப் போனார்.

'தப்பு பண்ணுனது அவனுவோ. என்னெய போட்டு தாளிக்கானுவோ பாரென்' என்று நொந்து போனவர், பிறகு சினிமாவுக்கு சைக்கிள் கொடுப்பதில்லை. இருந்தாலும், பொய் சொல்லி சைக்கிள் வாங்கிக்கொண்டு பயினி குடிப்பதும் சினிமா பார்க்கச் செல்வதும் தொடர்ந்து கொண்டு தான் இருக்கிறது.

மந்திரதாஸ் சைக்கிள் கடைபற்றி இன்னொரு புகாரும் சொல்லப்பட்டு வந்தது. அதை மறுத்துவந்தார் அவர்.

‘அதெப்படிண்ணெ, கரீட்டா, ஒங் கடெகிட்டெ வந்ததும் சைக்கிளு பஞ்சராவுது? ஆணி கீணி போட்டு வச்சிருக்கியா?’ என்று சிரித்துக் கொண்டே கிண்டலாகக் கேட்டான் அம்மாசி.

‘இந்தெ எடக்குலாம் இங்கெ வேண்டாம். அப்டி சோறு தியங்கெணுன்னு அவுசியம் இல்லெ எனக்கு’ என்பார் தாஸ். பிறகு ஜிவ்வென்று கோபம் ஏறும். மண்டை உஷ்ணமாகிவிட்டால் கட்டுப்படுத்துவது கஷ்டம். சத்தம் கேட்டு கந்தசாமி வருவார்.

‘சும்மா எடக்குக்கு சொன்னதுக்கு இவ்ளவு கோவப்படுதாவோ?’ என்பான் அம்மாசி.

‘ச்சும்மா எப்டிலெ இந்த வார்த்தெய சொல்லுவெ. கஞ்சிக்கு வழியத்தவன்னு நெனச்சியா என்னெய. கடுவா பல்லு அந்து போவும், ஆமா’ சத்தம் எகிறும்.

‘சரி, சரி வுடுடா. சின்னப் பயெ தெரியாம சொல்லிட்டான். அதுக்குப் போயி தொண்டயெ போடுதெ?’ என்று சாந்தப்படுத்திவிட்டு, வந்தவனை தள்ளிக்கொண்டு போவார் கந்தசாமி. ‘அவனுக்கு, ம் முன்னாலே மூக்கு செவந்து போவும். அவங்கிட்டெ போயி இப்டியா கேப்பெ. மேக்க போயி, டீயெ கீயெ குடிச்சுட்டு வா. சரிகட்டி வைக்கென்’ என்று சொல்லிவிட்டு வருவார்.

கொடூரமாக நடந்திருக்கிற எல்லாவற்றுக்கும் கோபம்தான் பிரதானம். அது உள்ளுக்குள் தீமூட்டிக் கொண்டே இருக்கிறது. ஒரு போரில், கலவரத்தில், சண்டையில், கொலையில், தற்கொலையில் எல்லாவற்றிலும் ஆணிவேராக இருக்கிறது கோபம். மனைவியுடன் வந்த சண்டையில் அப்படியானதொரு பெருங்கோபம் அவரைப் பதம்பார்க்க, பூச்சி மருந்து குடித்து தற்கொலை செய்துகொண்டார் மந்திர தாஸ். கம்யூனிசம், புரட்சி, பகுத்தறிவு என்று பேசி வந்த தாஸ், இப்படியொரு முடிவை எடுப்பார் என்று யாரும் நினைக்கவில்லை. நம்பமுடியாத அவரது அகால மரணம் அதிகம் தாக்கியது கந்தசாமியைத்தான்.

தாஸுக்குப் பிறகு சைக்கிள் கடை காணாமல் போய்விட்டது. அவர் வைத்த பூவரசம் செடி மரமாகி, மஞ்சள் பூக்களைப் பூத்து வைத்திருக்கிறது பேரழகோடு. அதன் அருகில், இப்போது மெக்கானிக் ஷாப் வைத்திருக்கிறான் அவர் மருமகன். அங்கு பழுதாகி நிற்கிற பைக்குகளைப் பார்க்கும் போதெல்லாம், தாஸ் கடை சைக்கிள்களாகவே தெரிகிறது.

# தெய்வங்கள் பேசும் இடம்

**ச**க்தியின் அருள் நேரடியாக இறங்கி குடியிருப்பவளாகக் கருதப்படும் பார்வதியம்மாளை. செவ்வாய், வெள்ளிக்கிழமைகளில் லேசில் பிடிக்க முடியாது. மஞ்சள் தேய்த்த முகத்தில் நெற்றி நிறைய குங்குமத்தோடும் கழுத்து இழுக்குமளவு மாலைகளோடும் தெத்துப்பல் தெரிய சிரிக்கிற அவள், வீட்டுக்கு எதிரில் அம்மனுக்கு கோவில் வைத்திருக்கிறாள். வேலியாகச் சூழ்ந்திருக்கிற கருவேல மரங்களுக்கு மத்தியில் வல, இடப் பக்கங்களில் வேப்ப மரங்கள் வளர்ந்திருக்க, நடுவில் செம்மண் சுவரெழுப்பி, கூரைக்குள் அருள் பாலித்துக் கொண்டிருக்கிறாள் ஆக்ரோஷ அம்மன்.

மற்றக் கிழமைகளை விட்டுவிட்டு செவ்வாய், வெள்ளி மட்டும் அம்மன்களுக்கு உகந்த தினமானது எப்படி என்கிற கேள்விக்கு, அவளிடமிருந்து கண்கள் சிவக்க கோபம் மட்டுமே பதிலாக வரும். அந்த கோபம், 'அம்மனயே கேள்வி கேக்கியா நீ?'

என்பதாகவோ, ‘ஆத்தா கோவத்துக்கு ஆளாவாதெ’ என்பதாகவோ இருக்கலாம். அவரவர் விதிப்படி அவரவர் சாபம். பார்வதியம்மாளுக்கு அம்மன் பற்றி நினைப்பது, அம்மன் பற்றி பேசுவது, கனவில் அம்மன் சொன்ன விஷயங்களைக் கடைபிடிப்பது மட்டுமே வாழ்க்கை. இதற்கிடையே சோறு பொங்கி, உண்டு உறங்குவதும் துணையாக இருக்கிறது.

‘பிள்ளைக்கு வயித்துவலி. டாக்டரு நாலு ஊசி போட்டும் கேக்கலெ. அந்தானிக்கு நம்ம சொள்ள முத்தண்ணே பொண்டாட்டிதான், இந்த கோயிலுக்கு போவ சொன்னா. சரின்னு போனோம். கொஞ்சோல திருநாறை தண்ணில போட்டு குடிக்க கொடுத்தா குறிகார பொம்பளெ. மறுநாள் லயே சரியாயிட்டு தாயீ’

‘சடங்கான பிள்ளைலுவோ, கருக்கல்ல அங்க இங்க அலைய கூடாதுன்னு சொன்னா, யாரு கேக்கா? இந்த மூதி எங்க போயி பயந்துட்டு வந்ததோ தெரியலெ. மூணு நாளா, கோட்டி புடிச்ச மாதிரி உம்முனு இருந்தா. சீதை சித்திதான், இந்த கோயிலுக்கு கூட்டிட்டு வந்தா பாத்துக்கோ. குறி சொல்லுத பொம்பளெ, இவ மூஞ்சியில தண்ணியெ அடிச்சதும் உடனே சரியா போச்சு, பாரேன்’

‘ரெண்டு புள்ள பொறந்தும் தங்கலெ. போவாத ஊரில்ல. பாக்காத டாக்டரில்ல. எலஞ்சிக்கு ஒரு கல்யாணத்துக்கு போயிருக்கும்போது அங்க உள்ளவோ சொன்னாவோன்னு இந்த கோயிலுக்கு மருமவளெ கூட்டிட்டு வந்தேன். என் பேரன் பொறந்தான். ஆத்தா பேரையே வச்ச பெறவு இப்ப நல்லாருக்காம்யா’ என்றவாறு பார்வதியம்மாளின் புகழ் பரவிக் கொண்டிருந்தது. இவ்வாறு பரவும் புகழ்பற்றி அவளிடம் சொன்னால், ‘நான் என்ன செய்யுதென்? ஆத்தா சொல்ல சொல்லுதா, சொல்லுதென்’ என்பாள் சாமியை கைகாட்டியவாறு.

பார்வதியம்மாளுக்குள் சாமி குடியிருப்பது, அவளது மகன் பிறந்த பிறகுதான் தெரியவந்தது என்பார்கள். முதலாவது மகள்.

‘அவா மவனுக்கு நாலு வயசு இருக்கும்போது இருக்கன்குடி போயிருக்கா. மொட்டையடிச்சுட்டு சாமி கும்பிட வந்ததும் திடீர்னு நிய்க்க முடியாம தலெ சுத்தியிருக்கு. இவளுக்கு என்னென்னு தெரியலெ. கூட வந்த சொந்தக்காரிலாம் சேந்து பிடிச்சிருக்காவோ. அப்பம் அங்க இருந்த ஒரு சாமியாடி பொம்பளெ வேப்பங்கொலயை கொடுத்து அடக்குனாளாம். அதுல இருந்து ஊர்ல எந்த கோயில்ல கொடை நடந்தாலும் இவளால வீட்டுல இருக்க முடியாது. தலையை விரிச்சு போட்டு துடியா துடிப்பா. இதனாலயே அவ வீட்டுக்காரரு இவளெ விட்டுட்டு வேறொருத்தியை

கூட்டிட்டுப் போயிட்டாரும்பாவோ' என்று சொல்லப்பட்டு வந்தது அவள் பற்றி. பார்வதியம்மாளின் மகள் பக்கத்தூரில் வாழ்க்கைப்பட்டு சென்றுவிட்டாள். மகன் கல்லூரியில் படிக்கிறான்.

ஆனாலும் அம்மன் அருள் பெற்ற பெரும்பாலான பெண்கள் கோயிலில் சாமியாடுகிறார்கள். இதில் பார்வதியம்மாளுக்கு மட்டும் ஏன் விதிவிலக்கு? அவள் ஏன் சாமியாடாமல் குறி சொல்வதில் மட்டுமே குறியாக இருக்கிறாள் என்கிற கேள்வி எழும். ஒரு முறை இதை கேட்டுத் தொலைக்க, 'தெய்வத்தை கேள்வி கேக்க உனக்கென்ன தகுதி இருக்குடெ' என்று பிரம்மராட்சதை அம்மனுக்கு சாமியாடுகிற, செல்லையா மாமா சொன்னதில் இருந்து, சாமிகளிடம் கேள்வி கேட்பதை விட்டுவிட்டேன்.

பார்வதியம்மாள் குறி சொல்ல துவங்குவது இரவு எட்டு மணிக்கு மேல்தான். ஆனால் காலையிலேயே அதற்கான வேலைகள் தொடங்கிவிடும். முதலில் சாமிக்கான அலங்காரத்தை ஆரம்பிப்பாள். அலங்காரம் என்பது பூக்களோடும் புது புடைவையோடும் அம்மனை அழகுபடுத்துவது. கருக்கல் முடிந்து இருட்டத் தொடங்கியதும் கோயிலுக்குள் பத்தி மணம் புகையாகப் பரவத்தொடங்கும். அந்த தெய்வீக மணத்தோடு அம்மனுக்குத் தேவையான பூ, பழங்கள், வெற்றிலை, பாக்கு, குங்கும டப்பா உள்ளிட்ட வகையறாக்களை வகைப்படுத்தி வைத்திருப்பாள். அவளுக்கு உதவியாக, தங்கிட்டு சின்ன சின்ன வேலைகளைச் செய்து கொண்டிருப்பான்.

ஏழு, ஏழரை மணிக்கு மேல் கொஞ்சம் கொஞ்சம் பேராகக் குறி கேட்க வந்துவிடுவார்கள். அவர்கள் கொண்டு வருகிற தேங்காய், பழங்கள் மற்றும் காணிக்கைகள் அம்மன் சிலைக்கு எதிரில் வைக்கப்படும். காணிக்கை என்பது பக்தர்கள் கொடுப்பதுதான். அதில் பத்து, இருபது என இருக்கும். சில வெளியூர் ஆட்கள் அதற்கு மேலும் கொடுக்கலாம்.

சாமி இருக்கிற படிகட்டுக்கு கீழே, சம்மணம் போட்டு அமர்ந்து கொள்வாள் பார்வதியம்மாள். கண்களை மூடி, ஏதோ முனங்குவாள். பிறகு கண்ணைத் திறக்காமலேயே, 'வீட்டுல பிரச்னைன்னு வந்திருக்காவளெ யாரும்மா?' என்பாள். வந்திருப்பவர்களில் ஒருவருக்கொருவர் பார்த்துக் கொள்வார்கள். சிறிது நேரத்துக்குப் பின், 'ஆமா' என்பார்கள். அப்படிச் சொல்பவர்கள் மற்றவர்களை விட்டுவிட்டு சாமியின் அருகே சென்று உட்காரவேண்டும். பின், குறி சொல்லத் தொடங்குவாள் பார்வதியம்மாள். அவள் சொல்லும் ஒவ்வொன்றும் அம்மனின் வாக்காகப் பார்க்கப்படும். வந்திருப்பவர்கள் எதைப் பற்றி கேட்க வந்திருக்கிறார்கள் என்பதையும் அதற்கு, 'இப்படி பண்ணு, சரியா போகும்' என்பதையும் சொல்வாள் அவள். சில நேரங்களில் இவளின் கணிப்பு மாறியிருக்கலாம்.

‘ஆத்தாவை தேடி வந்துட்டல்லா. தை மாசம், மொத செவ்வாய்க்குள்ள நீ நெனைச்சது நடக்கும். அப்படி நடந்தா, ஆத்தாவுக்கு என்ன தருவெ?’ என்று கேட்பாள்.

‘முடிஞ்சதெ தாரென்’

‘சரி, இந்தா, புடி’ என்று கண்களை மூடிக்கொண்டே, குங்குமத்தை அவள் கையில் வைப்பாள். அவர்கள் கிளம்பிட வேண்டும். அடுத்தும் அதே போல தொடங்கும்.

எப்போதாவது, ‘இன்னைக்கு எங்கிட்டெ ஆத்தா ஒண்ணும் சொல்லலெ. சாமியெ மட்டும் கும்புட்டுட்டு போங்கோ’ என்று சொல்வதும் உண்டு. பார்வதியம்மாள் சாமிகளிடம் மட்டுமல்ல, பேய்களிடம் பேசும் வித்தையையும் கற்றிருந்தாள். அக்கம் பக்கத்தூர்களில் இருந்து தலைவிரி கோலமாக வருகிற பெண்களிடம், அவள் நடத்தும் பேச்சுவார்த்தை சுவாரஸ்யமானது.

சில நேரம் பேய்களின் வார்த்தைகளில் கொடூரம் இருக்கும். கடைசியில் பார்வதியம்மாளின் குங்குமத்துக்குள் சுருண்டுவிடுகிற பேய்கள்தான் அதிகம். இப்படியான நேரங்களில் பேய்களை விட, குறி சொல்கிறவளே பயங்கரமானவளாகத் தெரிவது தவிர்க்க முடியாததுதான்.

ஊரில் கல்யாணம் ஆகப் போகிற கன்னிப்பெண்களுக்குப் பார்வதியம்மாள், திருமணத்துக்கு முதல் நாள் சிறப்பு ஆசி வழங்குவாள். திருமணமாக இருக்கிற பெண்களின் வீட்டுக்குச் சென்று விளக்கு ஏற்றுவாள். அங்கு கூடியிருக்கிற சொந்த பந்தங்கள் முன்னிலையில் மணப்பெண் அவளின் காலில் விழ வேண்டும். சாமியை வேண்டிக் கொண்டு கண்களை மூடுவாள். ‘ஆத்தா சொல்லிட்டா, நல்லாயிருப்பே...’ என்ற வாறே நெற்றியில் குங்குமத்தைப் பூசுவாள். ஆத்தாளின் ஆசி பெற்றவளாக மணப்பெண் ஆனதும் பார்வதியம்மாளுக்கு மஞ்சள் சேலை ஒன்று காணிக்கையாகக் கொடுக்கப்படும். வாங்கிவிட்டு நடப்பாள்.

மழையில்லா காலங்களில் ஆத்தாவின் கோவிலுக்குள் சிறப்பு பூஜை நடத்தப்படும். வயல்வெளிகளில் தண்ணீரை எதிர்பார்த்து பயிர்கள் காய்ந்து கொண்டிருக்கும்போது, சம்சாரிகள், ‘ஆத்தாளாவது காப்பாற்ற மாட்டாளா?’ என்கிற ஏக்கத்தில் நடக்கும் பூஜை அது. பூஜைக்கு மறுநாள் அல்லது இரண்டு மூன்று நாட்களுக்குப் பிறகு மழை கொட்டும். அப்படி கொட்டிய மழை நிற்காமல் மூன்று நாள் அடித்த ஒரு தினத்தில், பார்வதியம்மாளின் கோவில் கூரை சரிந்துவிழுந்தது. அம்மன் புகைப்படங்களும் பூஜை சாமான்களும் சிதைந்து கிடந்தன.

ஓடி, ஓடிப் போய் சாமி படங்களை கொண்டு வந்து வீட்டுக்குள் வைத்தாள். குங்குமம் தண்ணீரில் கரைந்து சிறு சிவப்பு ஆற்றை உண்டாக்கி இருந்தது. மழை நின்றபாடில்லை. குளிர் காற்றும் மழை நீரும் நிலத்தில் நீந்திக்கொண்டிருந்த நாளில், பார்வதி அம்மாளுக்கு உடல் நலமில்லாமல் போனது. எழுந்து நின்று சாமி கும்பிட அவள் கைகளை உயர்த்தியபோது இடது கை வரவில்லை. இடது காலும் வலிப்பதாகத் தெரிந்தது. அப்படியே தரையில் படுத்தாள். கண்ணில் இருந்து சொட்டு சொட்டாக உதிர்ந்தது கண்ணீர். பிறகு அவளால் ஆள் துணையின்றி எழுந்து நிற்க முடியாமல் போனது. வாய் ஒருபக்கமாக இழுத்து பேச்சு குழறியது. கண்கள் மேலும் கீழும் இழுக்கின்றன. மகளும் மகனும் அவளுக்கான உதவிகளை செய்து கொண்டிருக்கின்றனர். விஷயம் தெரியாமல் குறி கேட்க வருகிறவர்கள், அவளின் கதை கேட்டுப் போகிறார்கள்.

6

# கம்புகள் சுழலும் தெரு

வீட்டின் கதவுக்குப் பின்னால் பாதுகாப்பாக நிறுத்தி வைக்கப்பட்டிருக்கிற ஒட்டடை குச்சிக்கு முக்கியமான நாட்களில் மட்டுமே வேலை வருகிறது. இருந்தாலும் எப்போதாவது தடுமாறி விழுந்து கண்ணில் படும்போதெல்லாம், ‘பெரிசு’ ஞாபகத்துக்கு வந்துவிடுவார். குண்டு தேகத்தோடு அவர் நடந்து வருவதும், அந்த உடலை வைத்துக்கொண்டு சிலம்பம் சுற்றுவதும் கண்ணுக்குள் காத்திருக்கும் காட்சி.

எதுவும் அவருக்கு முழுதாக வேண்டும். சாப்பாடு என்றால் ஒரு கும்பா. கோழி என்றால் முழுக் கோழி. முட்டை என்றால் குறைந்தது அஞ்சு. பால் என்றால், கறந்ததும் ஒரு லிட்டர். இப்படி முழுதாக பெரிதாக வேண்டும் என்பதால் அவர் ‘பெரிசு’ என்று அழைக்கப்படுவதாகப் பெயர் காரணம் சொல்வார்கள்.

‘அவரு சாப்பிடும்போது வாசல்ல வந்து ஒக்காந்துக்கிடுவா அவரு வீட்டுக்காரி.

யாரும் பாத்துரக் கூடாதுல்லா? அதனால. வீட்டு வாசல்ல பெரிய சேரு போட்டு, அதுக்கு முன்னால நாற்காலி ஒண்ணே வச்சிருப்பாவோ. சோறு, கொழம்பு, கறின்னு எல்லாத்தையும் அதுல வரிசையா வச்சிருப்பாவோ. வாழை எலெயில சோத்தை போட்டு அவரு தியங்கும்போது சாமிக்கு படப்பு சோறு போட்ட மாதிரில்லா இருக்கும்' என்று சாயங்காலங்களில் சடங்கான பிள்ளைகளிடம் சித்தி சொல்லும்போது எல்லாரும் சிரிப்பார்கள்.

காது பட, 'பெரிசு' என்று சொல்லிவிட்டால் அவரால் தாங்க முடியாது. வேட்டியை தார்பாய்ச்சி கட்டிக்கொண்டு விரட்டி விரட்டி அடிக்க வருவார். இருந்தாலும் ஊரின் மீது அதிக பாசம் வைத்திருக்கிற அவருக்கு பெரிய மனுஷர் பட்டம் கிடைக்க, சிலம்பம் முக்கிய விஷயமாக இருந்தது. கண்ணில் படுகிற எல்லோருக்கும் சிலம்பம் கற்றுக்கொடுக்க வேண்டும் என்பதை அவர் ஆசையாக்கி இருந்தார்.

'இந்த பயலுவோளே கம்பு சுத்த அனுப்பலாம்லா. பள்ளியூடம் போயிட்டு வந்து சும்மாதான இருக்கானுவோ' என்று உரிமையோடு கேட்கிற பெரிசுக்கு சிலம்பத்தின் மீது ஆர்வம் வந்ததற்கு அவர் அப்பா காரணம் என்பார்கள்.

'நம்மூரு சைட்லலாம் அந்த காலத்துல ரெண்டு கட்சிதாம்டெ உண்டு. பக்கத்தூர்க்காரனுவளுக்கும் நம்மூர்காரனுவளுக்கும் வேற வேற கட்சிங்கதால ஆவவே ஆவாது. ஒரு நாளு ஊர்ல கட்சிக் கூட்டம் நடந்திருக்கு. அந்த கட்சிக்காரனுவளெ உண்டு இல்லைன்னு பேசிருக்காவோ. தகவலு அவனுவளுக்குப் போயி, கோவத்துல இருந்திருக்கானுவோ. வயல்ல தண்ணி பாய்ச்சிட்டு கருக்கல்ல வந்திட்டிருந்தாரு பெரிசு அப்பா. சைக்கிள்ல வந்த நாலஞ்சு பேரு, 'ஏய் நில்லு. எந்தூருக்காரன்'னு கேட்டானுவலாம். இவரு சொல்லிருக்காரு. அந்தானிக்கு, பீச்சுவாவை எடுத்துட்டானுவளாம். இவருட்ட கம்பு மட்டுந்தான் இருந்திருக்கு. வீடு கட்டி அடிச்சு விளாசி பிச்சிருக் காரு. அவனுவோ, விட்டா போதும்னு ஓடியிருக்கானுவோ...' என்கிற வீர வரலாறுகள் கதையாகச் சொல்லப்பட்டுக் கொண்டிருந்தன. அப்பாவிடம் கற்ற வித்தையை பெரிசு ஊருக்குள் பரப்பிக் கொண்டிருந்தார். சிலம்பத்தோடு சுருள், மான்கொம்பு, வாள் சண்டைகளையும் அவர் கற்றுக் கொடுத்துக் கொண்டிருந்தார். இதுபோன்ற வித்தைகள் தெரிந்தவர் என்பதால் அவர் மீது சுற்றுவட்டாரத்தில் பயமும் இருந்தது.

ஊரில் பலர் அவரிடம் சிலம்பம் கற்றுக் கொண்டிருந்தனர். இதற்காக, அவர் வீட்டுத் தொழுவத்துக்கு அருகில் இடம் ஒதுக்கப்பட்டிருந்தது. ஏற்கனவே கற்றுக்கொண்டிருந்த சீனியர்கள் ஒருபுறம் சுற்றிக் கொண்டிருக்க, வன்னிய நம்பி, ராமசாமி, சாமிநாதன், முத்துசாமி ஆகியோருடன் நானும்

புதிதாகச் சேர்ந்திருந்தேன். எங்கள் செட்டில்தான் பெரிசுவின் மூத்த மகன் கண்ணனும் சேர்ந்திருந்தான்.

'புதுசா சேந்தவம்லாம் இந்த பக்கம் வாங்கடெ. மொதல்ல கால் வரிசை போடணும். ஏலெ கண்ணா, நீ போட்டு காமி பாப்போம்' என்றார் . போட்டான் கண்ணன்.

'இப்படி இல்லெ. நல்லா பாருங்கடெ' என்று சொல்லிவிட்டு வரிசை வைத்தார். ஒரு காலை முன்வைத்து மறுகாலை பின்பக்கம் இழுக்கும்போது இருக்கிற நளினம், நடனத்துக்கு ஒப்பானது. நாங்கள் தினமும் மாலையில், நான்கைந்து நாட்களாக இந்த கால் வரிசையைதான் பழகிக் கொண்டிருந்தோம். இங்கு இப்படி நடந்து கொண்டிருக்கும்போது, அடிக்கடி வீட்டுக்குள் போய் வந்து கொண்டிருப்பார்கள், பெரிசும் கண்ணனும். அது ஏன் என்பது எங்களுக்குத் தெரியாமல் இருந்தது. அப்படிப் போகும்போதெல்லாம் சீனியர்களிடம் பேசிக் கொண்டும் அவர்களின் ஆட்டத்தை பார்த்துக் கொண்டும் இருப்போம். திடீரென ஒரு நாள் பாதியை மென்றுகொண்டும் பாதியை கையில் வைத்தபடியும் வந்த கண்ணனைப் பார்த்ததும் ஆச்சரியம். அது ஆம்லெட். உப்பு, வெங்காயம், பச்சை மிளகாயோடு முட்டை, ஆம்லெட்டாக உருமாறுவதை அதிசயமாக பார்த்த காலத்தில், கண்ணன் எங்கள் நாக்கில் எச்சில் ஊற வைத்தான். அதை தின்று முடித்ததும் ஒரு சொம்பு பசும்பால். தினமும் இப்படித் தின்றும் குடித்தும் வந்தாலும் அந்த ஒல்லி தேகம் மட்டும் ஊதவே இல்லை.

பிறகு, எங்கள் காலில் இருந்து நெற்றிவரை உயரம் அளக்கப்பட்டு அந்த அளவில் மூங்கில் கம்புகள் வெட்டி வரப்பட்டன. ஆரம்ப கட்டம் என்பதால் மூங்கில் கம்புகள். பெரியவர்களுக்கு நாங்கு மரத்தில் இருந்து செதுக்கப்பட்ட கம்புகள். கம்பை வரிசை போட்டவாறு மெதுமெதுவாகச் சுற்ற வேண்டும். சாமிநாதன் எதிலும் வேகமாக இருக்க நினைத்து, அவர் சொல்லிக் கொண்டிருக்கும்போதே சுற்ற ஆரம்பித்தான். தவறுதலாக அவரின் மண்டையில் கம்பு பலமாகத் தாக்க, தலையை தடவிக்கொண்டே கீழே உட்கார்ந்துவிட்டார். சாமிநாதன் நடுங்கிக் கொண்டிருந்தான். டமாரென அவன் கன்னத்தில் ஒன்றை வைத்துவிட்டு, 'அதுக்குள்ள என்னெ அவசரம்லெ. ஒருத்தன் சொல்லிட்டிருக்கம்லா... கூறு கெட்ட நாயி?' என்று திட்டிக் கொண்டே சுற்றிக் காண்பித்தார்.

நான்கு நாட்கள், இப்படியே மெதுவாகச் சுற்றிக் கொண்டிருந்தோம். கொஞ்சம் கொஞ்சமாக, 'புகழ்' போடக் கற்றுக்கொண்ட நேரத்தில், வன்னியநம்பி எங்கள் கோஷ்டியில் இருந்து கழன்றுகொண்டான். 'இவரு என்னைக்கு சொல்லிக்கொடுத்து என்னைக்கு இத படிக்கெ?' என்ற அவன், போகும்போது என்னையும் ராமசாமியையும் அழைத்தான். 'நம்மயென்ன

எம்ஜாராடெ. இதெல்லாம் தெரிஞ்சு சண்டெ போடதுக்கு. வாங்கடெ செல்லாங்குச்சி விளாடுவோம்' என்றதும் சாமி அழைப்பு விழாவில், தெருவுக்குள் சிலம்பு சுற்ற வேண்டும் என்ற என் கனவு கொஞ்சம் கொஞ்சமாக கரைய தொடங்கியது. ராமசாமி வருவதாக இல்லை.

வருடத்தில் இரண்டு நாட்கள் மட்டுமே ஊரில் சிலம்பம் சுற்ற வாய்ப்பு. ஒன்று, இந்த சாமி அழைப்பு விழா. மற்றொன்று கிருஷ்ண பிறப்பு விழா. கிருஷ்ண பிறப்பில் உரியடி முடிந்ததும் ஏரியா, பெரிசுவின் கைக்கு வந்துவிடும்.

'ஏலெ சின்ன பயலுவோலாம் தூரப்போங்க. கம்பு சுத்துத ஆளுலாம் வரிசையில நின்னு. மொதல்ல தொரையப்பாவும் முருகனும் ஆடட்டும் என்னா? வாங்கடெ ரெண்டு பேரும்' என்று சொல்லிவிட்டு தூரத்தில் சேர் போட்டு உட்கார்ந்துகொள்வார். இருவரும் அண்ணன் தம்பிகள் என்றாலும் கம்பு சுற்றுவதில் கில்லாடிகள். கடும் போட்டியாக இருக்கும். டப் டப் என்று வரும் கம்புகள் மோதும் ஓசையில், ஆக்ரோஷம் தெரியும். பெரிசுக்கு அந்த இடத்தில் வரும் பெருமையை வர்ணித்துவிட முடியாது.

சாமி அழைப்பு விழாவின் மாலையில், ஊரின் ஒவ்வொரு தெரு முக்கிலும் நின்று பெட்ரோ மாக்ஸ் லைட் வெளிச்சத்தில் கம்பு சுற்ற வேண்டும். சுற்றி நின்று கூட்டம் வேடிக்கை பார்க்கும். பெரிசு, புது வேட்டி சட்டை அணிந்து, 'ம்ம். போடு, ம்ம். போடு' என்று நாக்கைத் துறுத்தி சுற்றி சுற்றி வந்து சொல்லிக் கொண்டிருப்பார். தட்டடிகளில் நின்றுகொண்டு தாவணிப் பெண்கள் ஆட்டத்தை ரசித்துக்கொண்டே க்ளுக்கென்று சிரிப்பது அலாதியான தருணம். இதற்காகவே இன்னும் கொஞ்சம் சான்ஸ் கிடைக்காதா என்று ஏங்குவார்கள் கம்பு சுற்றுபவர்கள்.

வன்னிய நம்பி சென்ற சில நாட்களிலேயே ராமசாமியும் நின்றுவிட்டான். அதற்கு அவன் சொன்ன காரணம், 'அவருக்கு வேண்டியவனுக்கு மட்டும் பெசலா சொல்லிக் கொடுக்கார்டே. அதான் வந்துட்டேன்' என்றான். இந்த சம்பவம் நடந்த மூன்று நாட்களுக்குப் பிறகு காரணமேதும் சொல்லாமல் நானும் நின்றுவிட்டேன். 'இந்த பயலுவோ ஏம்டெ நின்னுட்டானுவோ?' என்று எல்லோரிடமும் அவர் கேட்டுக்கொண்டிருக்க, நாங்கள் அவரை நேராகப் பார்ப்பதை தவிர்த்து வந்தோம். காரணம், எதிரில் பார்த்தால் என்ன பொய் சொல்லி சமாளிப்பது என்கிற பயம்தான். அவர் மகன் கண்ணன், 'எங்கப்பாட்ட புடிச்சு கொடுத்துருவம்ல' என்று மிரட்டிக் கொண்டே, கடலை மிட்டாயை லஞ்சமாக வாங்கிக் கொண்டிருந்தான்.

நாங்கள் அங்கிருந்து நின்ற அடுத்த வருடத்தில் இருந்து கண்ணனும் சாமிநாதனும் முழுதாகக் கம்பு சுற்றத் தொடங்கினார்கள். சாமி அழைப்பில்

ஒவ்வொரு தெருவாக நின்று இருவரும் கம்பு சுற்றிக் கொண்டிருக்க, நாங்கள், ‘ரொம்பதாம் பீத்துதாம்லெ. கண்ண பயலுக்கு கால் வரிசையே சரியா வைக்க தெரியலெ, பாரேன்’ என்று குறை சொல்லி எங்கள் மனதைத் தேற்றிக்கொண்டோம். உள்ளுக்குள், ஒரு கலையை பாதியில் நிறுத்திவிட்டோமே என்கிற வருத்தம் கவலையாகச் சுரண்டி, ஏக்கமாக உருவெடுத்துக் கொண்டிருந்தது.

பெரிசுவின் கண்ணில் படாமல் காலங்கள் ஓடி விட்டது. சாமி அழைப்பும் கிருஷ்ண பிறப்பும் ஒவ்வொரு வருடமும் வருகிறது. பிழைப்புக்கு வெளியூர் போனவர்கள், வாழும் ஊரை சொந்த ஊராக்கிக் கொண்டபின், சாமி அழைப்பு சம்பிரதாயமாகவே நடக்கிறது. ஊர் கூடி சாமி பார்த்த மக்கள் குறைந்துவிட்டார்கள். பெரிசுக்குப் பிறகு கம்பு சுற்றிய அவர் மகன் வேலை தேடி வெளியூர் சென்று விட்டதால் சிலம்பு கம்புகள் ஊனிக் கம்புகளாகி விட்டன. நடக்க முடியாமல் தள்ளாடியபடி வரும் அவரைப் பார்க்கும்போதெல்லாம் என்ன பொய் சொல்லி சமாளிப்பது என்கிற யோசனை மட்டும், ஒவ்வொரு வருடமும் தவறாமல் வந்துவிடுகிறது.

# 7

# நோய்கள் தீர்க்கும் தோட்டம்

புடி (சுளுக்கு) தடவுகிற அருணாச்சல தாத்தாவை எப்போதும் சைக்கிளோடுதான் பார்க்க முடியும். தலைசாய்ந்து கிடக்கிற டைனமோவை கொண்ட, கிரீச் கிரீச் என சத்தம் எழுப்புகிற அந்த ஹெர்குலிஸ் சைக்கிள் அவருக்கு பல வருட சொந்தம். அந்த சத்தத்தைக் கொண்டே இது அருணாச்சல தாத்தாவின் சைக்கிள் என்பதை ஓரளவுக்கு உணர முடியும். பாதி துருபிடித்திருக்கிற அந்த சைக்கிளில்தான் பயணங்களின் காதலன் மாதிரி, எப்போதும் எங்காவது போய்க்கொண்டே இருப்பார் தாத்தா. அக்கம் பக்கத்து ஊர்களில் அவரது தேவை அதிகமாக இருந்ததால் அவரும் அவர் சைக்கிளும் பிஸி. உயரம் குறைவானவர் என்றாலும் சீட்டில் உட்கார்ந்து கொண்டு நுனி காலால் இடப்புறமும் வலப்புறமும் வளைந்து நெளிந்து அவர் பெடலை மிதிப்பது அலாதியானது. அவருக்காக அந்த சைக்கிள் கிட்டத்தட்ட, குட்டை சைக்கிள் அளவுக்கு மாற்றப்பட்டிருந்தாலும் அருணாச்சல தாத்தாவுக்கு அது உயரம்தான்.

அவசரமாக எங்கும் செல்ல தேவையில்லாத நாட்களில் சைக்கிளுடன் அவர் நடந்துதான் வருவார். ஒரு கையால் ஹேண்டில்பரை பிடித்துக்கொண்டு மறு கையை முதுகுக்கு பின்பக்கம் வைத்தவாறு அவர் நடந்துவருவதில் ஓர் அழகு இருக்கும். எல்லோருக்கும் வாய்த்துவிடாது அப்படியான தோரணை. எண்ணெய் தேய்க்கப்பட்ட கை, கால்களுடன் அவர் கொண்டு வரும் சைக்கிளில், எண்ணெய் படிந்த தோல் பை ஒன்று தொங்கும். அதில் தாத்தாவின் தொழிலுக்கான எண்ணெய்கள் அடங்கிய நான்கைந்து பாட்டில்கள் இருக்கும்.

ஒவ்வொன்றுக்கும் ஒவ்வொரு விதமான எண்ணெய். வர்மபுடிக்கு அதாவது கைகளால் தடவ முடியாத இடங்களில், புடி ஏற்பட்டால் அதற்கு மூலிகை எண்ணெய். வெளியில் தடவுவது போலானவற்றுக்கு விளக்கெண்ணெய். மூலிகை எண்ணெய், குடிப்பதற்கென்று தனி. தடவுவதற்கென்று தனி. மூலிகை எண்ணெய், வித்தியாசமான எண்ணெய்களால் தயாரிக்கப்படுவது. நல்லெண்ணெய், இலுப்பை எண்ணெய், புன்னைக்காய் எண்ணெய், வேப்பெண்ணெய், நாட்டுக் கோழி முட்டையின் வெள்ளைக்கரு மற்றும் சில மூலிகைகள் (என்ன மூலிகை என்பது ரகசியமாம்) அடங்கியவற்றை ஒரு சட்டியில் போட்டு கொதிக்க வைப்பார்கள்.

மொத்தம் பத்து லிட்டர் என்றால் அது சுண்ட காய்ந்து மூன்று லிட்டரில் வந்து நிற்கும். வர்ம புடிக்கு இதை ஐந்தாறு சொட்டு குடிக்கக் கொடுப்பார்கள். இரவில்தான் குடிக்க வேண்டும். கசப்பாக இருக்கும். கண்ணை மூடிக்கொண்டு ஒரே முழுங்கில் விட்டுவிட வேண்டும். கசப்புக்கு கொஞ்சமாக அரிசியை எடுத்து வாயில் போட்டுக்கொள்ளலாம். மற்றபடி எதையும் தொடக் கூடாது. இரவில் இதை குடித்தால் விடியும்வரை தண்ணீர் குடிக்கக் கூடாது. இவ்வளவு விஷயங் களை தாத்தா எங்கு போய் கற்றார் என்பது தெரியாது.

சிறுசு முதல் பெருசுவரை யாரையுமே, 'அய்யா' என்று அழைக்கும் அருணாச்சல தாத்தாவுக்கு அறுபத்தைந்து வயதுக்கு மேல் இருக்கலாம். இருக்கலாம் என்பது அவர் வார்த்தைதான். 'எந்த வருஷம் பொறந்தேன்னு எனக்கெ யாவம் இல்லெயெ. நம்மளே ஒரு வயசெ சொல்லிக்கிட வேண்டியதாம்' என்கிற தாத்தாவின் குத்துமதிப்பான வயதுதான் அது.

'என்ன, தூரமா போறேரு. ஒம்மெ பார்க்கலாம்னுலா வாரென்'

'அப்டியாய்யா?'

'சின்ன பயலுக்கு நாலு நாளா காய்ச்செலு. ஊசி போட்டும் கேக்கலெ. புடி கெடக்கான்னு பாக்கணுமெ?'

‘இன்னா போங்க. வாரேன்’ என்று சொல்லிவிட்டு சைக்கிளில் ஏறுவார். பையன் வீட்டு வாசலில் சைக்கிளை நிறுத்திவிட்டு, ‘கொஞ்சம் தண்ணி தாங்கம்மா’ என்பார், பெண்களிடம். தருவார்கள். கை, கால்களை கழுவிவிட்டு, காய்ச்சலோடு படுத்திருக்கும் பையன் மீது கை வைத்து, சூடு பார்ப்பார். பிறகு, ‘ஒண்ணுமில்லெ ராசா, வெளியெ வாங்க’ என்று சொல்லிவிட்டு பெரிய கல் அல்லது ஸ்டூல் ஏதும் இருந்தால் அதில் உட்கார்ந்துகொள்வார். காய்ச்சல்க்காரனின் நாடி பார்ப்பார். பிறகு ஏதோ நினைத்தவராக, ‘எங்க போய் விழுந்தீரு’ என்பார். காய்ச்சல்க்காரன் முழிப்பான்.

‘முதுகுல புடி கெடக்கு’ என்று சொல்லிவிட்டு பையனை கல்லில் உட்காரச் சொல்லுவார். பிறகு சைக்கிளில் தொங்கும் தோல் பையை எடுப்பார். அதில் இருக்கும் எண்ணெய் பாட்டிலில் இருந்து விளக்கெண்ணெயை கையில் ஊற்றி, புடி கிடக்கும் இடத்தில் தேய்ப்பார். சம்பந்தப்பட்ட இடத்தை தொடும்போது காய்ச்சல்க்காரன் துடிப்பான்.

‘வலிக்கோய்யா. பூப்போல தடவிருதேன்’ என்றபடியே தடவுவார். பிறகு அவனது இரண்டு கைகளையும் விரிக்கச் சொல்லிவிட்டு அதை பிடித்துக் கொள்ளச் சொல்வார் வீட்டில் உள்ளவர்களை. பிடிப்பார்கள். சம்பந்தப்பட்ட இடத்தில் வேகவேகமாக அழுத்தி தேய்த்துவிட்டு கைகளை லேசாக ஆட்டச் சொல்வார். பிறகு பேச்சுக் கொடுத்துக்கொண்டே எழுந்து நிற்பார். அவனது இரண்டு கால் பாதங்களையும் மிதித்துக்கொண்டு இரண்டு கைகளையும் மேலே லாவகமாக ஓர் இழு. டொப் என்று ஒரு சத்தம். புடி போயே போச்சு. சிறிது நேரத்தில் காய்ச்சலும் போய்விடும். ஆனால் வலி இருக்கும். பிறகு அவர்கள் கொடுத்ததை வாங்கிக்கொண்டு சைக்கிளை உருட்டுவார். பெரும்பாலும் காசுக்காக இதைச் செய்வதில்லை அருணாச்சல தாத்தா. அவருக்கான சொத்துபத்தும் அதிகம். இருந்தாலும், ‘எதையும் சும்மா செஞ்சா, அதுக்கு மதிப்பு இருக்காதுல்லா, அதனால கொடுத்ததை வாங்கிக்கிடுதாரு’ என்று சொல்லப்பட்டு வந்தது.

பக்கத்தூர் கொடைக்குச் சென்றுவிட்டு கும்மிருட்டில் நானும் நண்பன் முத்துசாமியும் சைக்கிளில் வந்துகொண்டிருந்தோம். ரயில்வே கேட் அருகே வரும்போது மரத்தில் மோதி விழுந்ததில், முத்துசாமிக்கு கால் சுளுக்கிக் கொண்டது. ஒரு காலில் எழுந்தவன் அடுத்த பாதத்தை தரையில் வைத்து அழுத்த முடியவில்லை. வலி. இப்படியே நொண்டிக்கொண்டே வீட்டுக்குப் போனால், அவனது அப்பா திட்டலாம். சுளுக்காகத்தான் இருக்குமென நினைத்து அருணாச்சலத் தாத்தா வீட்டுக்கு அவனோடு சைக்கிளை அழுத்தினேன். தாத்தாவின் மூன்றாவது மகன் குமரன் எங்களோடு படிப்பவன். வெவ்வேறு வகுப்பு என்றாலும் தெரிந்தவன் என்கிற நினைப்பில் சென்றோம்.

அறுபவது வாட்ஸ் பல்ப் ஒன்று மஞ்சள் நிறத்தில் வெளிச்சம் பரப்பிக்கொண்டிருந்தது வீட்டு வாசலில். சத்தம் போட வருத்தமாக இருந்தது. தூங்கிக் கொண்டிருப்பவர்களை எப்படி உசுப்ப என்று யோசித்துக் கொண்டிருக்கையில் நாய் குலைத்து எங்கள் வரவை காட்டிக்கொடுத்தது. 'யாருய்யா?' என்று வந்தார் தாத்தா. முத்துசாமியை பார்த்ததும், அவன் அப்பா பெயரை சொல்லிவிட்டு, 'அவரு மவன்தானெ' என்றார். அவனுக்கு பகீர் என்றது. 'ஆமா' என்று தலையாட்டிய பிறகு நடந்ததை விளக்கினேன். பிறகு வழக்கம் போல, புடி தடவிவிட்டு காலை உதறச் சொன்னார். 'நாளைக்கு வரை வலி இருக்கும், பாத்துக்கிடுங்கெ' என்று அவர் சொன்னதும் நண்பன் சொன்னான், 'அப்பாக்கு தெரியாண்டாம்' என்று. 'நான் ஒங்கப்பாட்டெ சொல்லலெ. ஆனா, கால் வலி காமிச்சுக் கொடுக்காதா?' என்றார். 'கண்ணுல படாமெ சமாளிச்சிருவென்' என்று சொல்லிவிட்டு கிளம்பும்போது, எதிரில் நின்றிருந்தார் முத்துசாமியின் அப்பா. விழுந்த அடியை அவனும், ஏச்சை நானும் வாங்கிக்கொண்டு திரும்பியதில் அவனுக்கு கால் வலி காணாமல் போயிருந்தது.

ஆண்களுக்கு என்றில்லை, பெண்களுக்கும் அவர்தான், புடி தடவி வந்தார். எருக்கெடங்கிற்கு கூடையில் சாணம் கொண்டு போன பெரியாச்சி, தடுமாறி பள்ளத்தில் விழுந்ததில் காலும் கையும் ஒரு பக்கம் அப்படியே நின்றுவிட்டது. தூக்கிக்கொண்டு வந்து வீட்டில் போட்டிருந்தார்கள். காலையும் கையையும் அசைக்க முடியவில்லை. 'இது வலிப்புதாம்னு நெனக்கென். இனுமெ சங்கடம்தாம்' என்று பயங்காட்டிப் போனார்கள், வந்து பார்த்தவர்கள். யாரும் எதுவும் சொல்லாமல் கேள்விப்பட்டு வந்தார் அருணாச்சல தாத்தா. 'விழுந்துட்டாவளாமெ' என்றவாறு பெரியாச்சியின் பக்கத்தில் உட்கார்ந்தார். கண்கள் ஏங்கி ஏங்கி பார்த்துக் கொண்டிருந்தாள் பெரியாச்சி. நாடி பிடித்துப் பார்த்தவர், சைக்கிளில் இருந்த எண்ணெயை கொண்டு வந்து தேய்த்தார். 'சாயந்தரமும் தேய்ச்சு விடுங்கம்மா. கொஞ்சம் வலிக்கும்னு சொல்வாவோ. கண்டுக்கி டா திங்கெ. நாளெக்கு வாரென்' என்று எண்ணெயை கொடுத்துவிட்டுப் போனார்.

பெரியாச்சிக்கும் வீட்டில் உள்ளவர்களுக்கும் நம்பிக்கை வந்தது. மறுநாள் வந்தவர், எழுந்து உட்கார வைத்தார். முடியவில்லை அவளால். அம்மாவும் சித்தியும் பிடித்துக்கொண்டார்கள். பிறகு எண்ணெய் தேய்க்கப்பட்ட காலை அங்குமிங்கும் ஆட்டியபடி ஒரு இழு. சடக் என்று சத்தம். கையையும் அப்படியே இழுத்துவிட்டதும், ஆச்சிக்கு வலி. படுத்தாள். வலி முடிந்து எழுந்தபோது அவளால், கை, காலை ஆட்ட முடிந்திருந்தது. 'அருணாசலம் கைய வச்சு, எது நடக்காம இருந்திருக்கு' என்று பாட ஆரம்பித்துவிட்டாள் பெரியாச்சி. இப்படி ராசிக்காரரான அருணாச்சல தாத்தா, 'புடி தடவுவது' மட்டுமில்லை, பாம்புக்கடிக்கும் பத்தியம் பார்த்துவந்தார்.

பாபநாசத்துக்கு செல்லும் தாட்டாம்பட்டியில், ரோட்டோரத்தில் இடதுபுறமாக இருக்கிறது தாத்தாவின் விவசாயத் தோட்டம். கரும்பு, நெல், காய்கறிகள், கொய்யா, நெல்லி மற்றும் மூலிகைச் செடிகள் உள்ளிட்டவை வளர்ந்து நிற்கும் தோட்டத்துக்குள், சுகமாகக் கட்டப்பட்டிருக்கிறது அவரது வீடு. தோட்டம் என்று சொல்லப்பட்டாலும் எப்போதும், வாசல் திறந்தே கிடக்கிற ஒரே இடம் இதுவாகத்தான் இருக்கும். இங்கு எப்போதும் யார் வேண்டுமானாலும் உதவி கேட்டு வரலாம் என்பதுதான் அவரது நிபந்தனை. இல்லாவிட்டாலும் வந்து கதவை தட்டுகிற மனிதர்கள்தான். ஆத்திர அவசரத்துக்கு இவரை விட்டால் யார் இருக்கிறார்?

மேலத்தெரு மாரியண்ணன் கடைசி பஸ்சில் தென்காசிக்குச் செல்வதற்காக, புளியமரத் தெருவில் இரவு வரும்போது பாம்பு கடித்து விழுந்துவிட்டான். பேச்சுமூச்சு இல்லை. உடன் வந்தவர்கள் சைக்கிளில் தூக்கி வைத்துக்கொண்டு அருணாச்சலத் தாத்தாவை தேடி வந்துவிட்டார்கள். ஆனால், தாத்தா எங்கு போனார் என்று தெரியவில்லை. அவர் வர நேரமாகலாம். அதுவரை தாங்குவானா, மாரியண்ணன்? வீட்டில் இருந்த ஆச்சி, அவனது முகத்தை பாத்தாள். வீட்டுக்குள் ஓடியவள், கொஞ்சம் பச்சிலைகளைக் கொண்டு வந்து அவனது வாயில் கசக்கிப் பிழிந்தாள். சாறு கொஞ்சம் கொஞ்சமாக உள்ளே போகப் போக, சிறிது நேரத்தில் கண்விழித்த மாரியண்ணன் எழுந்து உட்கார்ந்துகொண்டு அழுத அழுகை, எங்கும் பார்க்க முடியாதது. செத்துப்பிழைத்தவனின் கண்ணீர் அது. அந்த கண்ணீரின் அடர்த்தியில், ஓர் உயிர் பெருங்கடனோடு அந்த ஆச்சியின் மடியில் விழுந்துகிடந்ததை யாரும் கண்டிருக்க வாய்ப்பில்லை.

தாத்தா வீட்டில் எல்லாருமே ஏதாவது ஒரு விஷயத்தை தெரிந்து வைத்திருப்பவர்களாக இருந்தார்கள். நொங்கில் வண்டி செய்து ஓட்டுகிற அவரது மகள் வயிற்றுப் பேரன் கூட, விஷக் கடிக்குப் பச்சிலை தருபவனாக இருக்கலாம். பழக்கங்கள் தரும் அனுபவம், கற்றதை விட அதிகம்.

எப்போதும் சைக்கிளுடன் அலையும் தாத்தா, இப்போது இல்லை. எங்களுடன் படித்த குமரன் வெளிமாநிலம் ஒன்றில் வேலை பார்த்து வருவதாகச் சொன்னார்கள். எப்போதும் திறந்தே கிடக்கும் தோட்டம், காம்பவுண்ட் சுவருக்குள் பத்திரப்பட்டிருக்கிறது. பஸ்சில், அவரது வீடிருக்கும் தோட்டத்தைக் கடக்கும் போதெல்லாம் முதுகில் புடி பிடித்து, அவர் முன் வலியோடு அமர்ந்திருப்பதாகவே உணர்கிறேன்.

# கனவில் மிதக்கும் கால்கள்

மாசானத்துக்கான கோளாறு அதிகபட்சம் பத்து, பதினைந்து நிமிடத்துக்கு மேல் ஓர் இடத்தில் உட்கார முடியாது என்பதுதான். இப்படிச் சொல்வதால், உட்காரும் இடத்தில் பிரச்னையோ என நினைத்துவிட வேண்டாம். இது உடல் சார்ந்த பிரச்னை அல்ல. மனம் சார்ந்தது. அதாவது ஒரே இடத்தில் அதிக நேரம் அவனால் இருப்புக்கொள்ள முடியாது. இரண்டரை மணிநேரம் அடைந்துகிடக்க வேண்டும் என்பதற்காகவே, திரைப்படங்கள் பார்ப்பதைத் தவிர்ப்பவன் என்றால் பார்த்துக் கொள்ளுங்கள்.

'ஒரு இடத்துல ஒழுங்கா நிய்க்க மாட்டியால? அவுத்துவிட்ட கழுதெ மாதிரி சுத்திட்டே இருக்கெ?' என்று வீட்டில் உள்ளவர்கள் திட்டிப் பார்த்துவிட்டார்கள். ஆரம்பத்தில் சரி, சரி என்று சமாளித்தவனை, பிறகு யாரும் அரற்றுவதில்லை. அப்படியே அரற்றினால் கூட, அவனால் அவன் பேச்சையே கேட்க முடியாத நிலைதான்.

வெளுத்த சட்டை மற்றும் லுங்கி, தேங்காய் எண்ணெய் தேய்க்கப்பட்ட தேகத்தோடு வலது

கையை மட்டும் ஆட்டியாட்டி நடக்கிற அவனிடம், ‘என்ன மாசானம், காலெலயே கார்சாண்டுக்கு போற போலுக்கு. எந்தூருக்குடெ?’ என்று யாராவது கேட்டால், ‘சும்மாதான்’ என்று வேகவேகமாக நடப்பான்.

கார்சாண்டு என்று அழைக்கப்படுகிறப் பேருந்து நிறுத்தம் பயணிகளை விட அதிகபட்சமாகக் கட்சிக்கொடி கம்பங்களைக் கொண்டிருந்தது. இந்தக் கம்பங்களுக்கு பாதுகாவல் மாதிரி, பக்கத்தில் சிறு அம்மன் கோவில். எதிரில் நன்றாக வளர்ந்திருக்கிற புளியமரம். இதன் கீழே, ஊர் பஞ்சாயத்தால் பயணிகளுக்காகப் போடப்பட்ட சிமெண்ட் பெஞ்ச். இதில் பயணிகளை விட, வெண்தோலில் கரும்புள்ளிகளைக் கொண்ட தெரு நாய் ஒன்றுதான் எப்போதும் படுத்திருக்கும். அது படுத்திருக்காத நாட்களில் மாசானம் உட்கார்ந்திருப்பான்.

குறிப்பிட்ட நேரத்துக்கு பேருந்துகள் இயக்கப்படும் காலமாக அது இருந்ததில்லை. எப்போதாவது வரும் என்ற நிலைதான். அப்படி வரும் பேருந்துகளின் பெரும்பாலான ஓட்டுநர்களை மாசானம் அறிந்து வைத்திருந்தான். ஊரில் பஸ் வந்து நின்றதும் வேகமாக ஓட்டுனர் அருகே போவான். ரோட்டில் நின்றுகொண்டு, வாயெல்லாம் பல்லாக பெரும் வணக்கம் வைப்பான். ஐவிரல் நெற்றி தொட்டு அடிமனம் கிளப்பும் அன்பின் வெளிப்பாடு அது. அந்த வணக்கங்களுக்கு காசு, பணம் தேவையில்லை. ஒரு வணக்கத்தில், ஒரு புன்னகையில், ஒரு கும்பிடில் எதுவும் குறைந்துவிடப் போவதில்லை. அது நட்பின் பிரவாகம். ஒன்றைக் கொடுத்து ஒன்றை வாங்குவது போல, ஒரு வணக்கம் கொடுத்து ஒன்றை வாங்குவான் மாசானம். பிறகு, போக்குவரத்துக் கழக தென்மண்டல மேலாளர் மாதிரி, ‘இன்னைக்கு லேட்டா? அப்பல இருந்தே பாத்துட்டிருக்கென், வரலயெ, வரலயென்னு. செங்கோட்டெல டூட்டி மாறுவேளோ? யாரு வருவா. சுடலைண்ணனா, மணியண்ணனா?’ என்று கதை நடக்கும்.

பிறகு அடுத்த பஸ் வர, இன்னும் சில மணி நேரம் ஆகலாம். அதற்கு மேல் கார்சாண்டில் கால் நிற்காது. பாக்கியநாதன் என்கிற பாக்கி பலசரக்கு கடை நோக்கி நடப்பான். கடைக்குள் சென்று வருவதற்காக, பொருட்கள் வைக்கப்படாமல் இருக்கும் இடது ஓரத்தில் வந்து, லுங்கியை தூக்கிக் கட்டிக்கொண்டு அமர்ந்துகொள்வான்.

‘என்னடெ, பொட்லுதூருக்கு சாமான் வாங்கெ போலெயா?’ என்று கேள்வியை போட்டவாறே, ‘ஒரு பீடி எடு’ என்பான். எப்போதும் கடையிலேயே இருப்பதால் ஊர்க் கதைகளை மாசானம் மூலமாகவே தெரிந்துகொள்கிற பாக்கியநாதனுக்கு, ஒரு பீடியை தானமாகக் கொடுப்பதில் ஒன்றும் பிரச்னை இல்லை.

பீடியை அவன் இழுத்துக் கொண்டிருக்கும்போது, ‘எய்யா, மாசானம், ஒரே எடத்துல இவ்வளவு நேரம் இருக்கியெடெ. மழெ கிழெ பெஞ்சுரபோது?’ என்று சொல்லிவிட்டு மல்லிகா அத்தை சிரிப்பாள். ‘அப்டியாது மழெ வரட்டுமெ’ என்பான் பாக்கி.

‘ஒங்களுக்கெல்லாம் எடக்கா இருக்கு?’ என்று சொல்லும் மாசானம், பீடியை இழு இழு என்று இழுத்துவிட்டு, ‘மண்டவெல்லம் இருந்தா, ஒரு துண்டு குடு’ என்று வாங்கி வாயில் போட்டுக்கொள்வான். கடையில் ஆட்கள் இல்லாத நேரத்தில், ‘தங்கம்மன் கோயிலு தெருவுல நேத்து ஏதோ அடிதடின்னாவோளெ?’ என்று ஆரம்பிப்பான் பாக்கி.

‘ஆமா, நம்ம ஒழக்கு இருக்கார்லா, அவரு மவனுக்கும் தம்பி மவனுக்கும் சண்டெ. ஒரு பய வெலக்கு தீத்து விடலெ. நான்தான் போயி தீத்தேன். அதுக்குள்ளெ ரெண்டு பேருமே டொப்பு டொப்புன்னு மாறி பொடதில போட்டுட்டானுவோ. எடத் தகராறுதான்’ என்று ஆரம்பிக்கிற மாசானம், ‘நாளைக்கு ஒங்கூட்டுலயும் இந்த பிரச்னை வரலாம்டெ. ஒங்கப்பாட்ட இப்பவே கரீட்டா எழுதி வாங்கிருங்கெ, நீயும் உன் அண்ணனும்’ என்று அறிவுரை சொன்னதற்குப் பிறகு அங்கு இருக்க முடியாது. ‘செரி, பஜனெ மடத்துல கல்யாணி இருப்பாம். பாத்துட்டு வாரென்னா?’ என்று நடையை கட்டுவான்.

இவன் வரவாவிட்டால் பஜனை மடத் தெருவின் இயக்கமே நின்றுவிடுவது மாதிரி, நடப்பான் மாசானம். மாடுகளை மேய்ச்சலுக்கு பத்த தயாராக இருக்கிறவர்கள், மடத்தின் வாசல் திண்டில் குத்த வைத்து உட்கார்ந்து கொண்டிருப்பார்கள். ‘இன்னுமா மாடு பத்தலெ?’ என்று கேட்டுக் கொண்டே, ‘தள்ளீருங்கடெ’ என்றவாறு உட்காருவான் மாசானம்.

‘ஆளெ காணலையேன்னு நெனச்சோம்?’ என்கிற கல்யாணியிடம், ‘ஒம்ம வெள்ளாட்டங்குட்டி ஒண்ணு, நேத்து நொண்டிட்டே போச்செ, ஏம்ணெ? எவனும் கல்லெகொண்டி எறிஞ்சுட்டானுவளா?’ என்பான்.

‘ச்சே, ச்சே. மச்சான் வீட்டுல புதுசா காளை புடிச்சுட்டு வந்துருக்காவல்லா. அதுல ஒண்ணு, இடம் புதுசா இருக்கேன்னு மெரண்டு ஓடும்போது, இது கால்ல மிதிச்சுட்டு’.

‘அதானெ பாத்தேன்’ என்றவாறு பேச்சுத் தொடரும். அந்த வழியாக யாராவது சைக்கிளில் போனால், ‘என்ன சித்தப்பா, சந்திரன் கடை வழியாவா போறியோ? நானும் வாரேன்’ என்றதும் சைக்கிள் நிற்கும். ‘மாப்ளெயை பாத்துட்டு வந்துருதென். இல்லன்னா, கோவப்படுவான்’ என்று இவர்களிடம் சொல்லிவிட்டு ஏறிக்கொள்வான். கடையில் டீ ஆற்றிக்கொண்டு இருப்பான்

சந்திரன். சைக்கிளில் இருந்து ஒரு குதி குதித்துவிட்டு, 'என்ன மாப்ளெ, பூரிக் கெழங்கு வாசம் பசனெ மடம் வரலாவே தூக்குது' என்று ஒரு போடு. 'இருக்காதாவே. செஞ்சது ஓம்ம மாப்ளெ லா?' என்கிற சந்திரன், 'தின்னு பாக்கேரா?' என்பான்.

'நான் என்னைக்கு கடெயில தின்னு பாத்தீரு? நமக்கு இதுலாம் சரிபடுமா சொல்லும்? என்னத்தெ தின்னாலும் பழைய சோத்தெ மாங்கா வச்சு திங்கலைன்னு வையும், பசி தாங்காதுவே' என்கிற மாசானம் அங்கு கிடக்கிற செய்தித்தாளை மேலோட்டமாக வாசிப்பான். கடையை கடந்து யாராவது செல்வார்கள். 'என்னெ செல்லியா மாமா, பாக்காத மாறி போறெ?' என்பான்.

'மருமவனெ கவனிக்கெலயே. வாரும் பஞ்சாத்து போடுக்கு போயிட்டாருவோம்' என்பார் செல்லையா மாமா. அவர் இப்படி கூப்பிடாவிட்டாலும் சிறிது நேரத்தில் மாசானம் அங்கு கிளம்புகிறவன்தான். அங்கு ஏற்கனவே நான்கைந்து பேர் தாயம் விளையாடிக் கொண்டிருப்பார்கள். புளியங்கொட்டையின் ஒரு பகுதியை தரையில் தேய்த்து, தாயக்கட்டை ஆக்கி இருப்பார்கள். மாசானம் போனதும் அங்கிருக்கும் குத்தாலம் சொல்வான், 'எங்க மாசானத்தான் வந்துட்டாம். இனும எனக்கு ராசிதாம்லெ' என்று. அடுத்த நிமிடத்தில் இருந்தே எதிர்மாறாக நடக்கும். 'யோவ் எந்திரிச்சு தூரப்போரும்யா' என்பான் அதே குத்தாலம்.

சிறிது நேரத்தில் சாப்பாட்டுக்கடை வைத்திருக்கிற மீனாட்சி சுந்தரம், 'என்ன மாசானம் ஒக்காந்துட்டெ. வா தண்ணிக்கு போயிட்டு வருவோம்' என்பான் மாட்டு வண்டியில் நின்றவாறு. 'ம்ம்' என்று கிளம்புகிறவன், வண்டியில் ஏறுவான். வேகவேகமாகத் தண்ணீரை குடத்தில் எடுத்து வண்டியில் நிறைப்பார்கள். 'மாசானம், இன்னொரு ரவுண்டு வரணும்' என்றதும், 'செரி' என்பான். அவனது கடைக்கருகில் வந்ததும் இறங்கிக் கொள்வான். 'என்ன இறங்கிட்டெ. இன்னொரு ரவுண்டு?' என்றால், 'தெப்ப கொளத்துக்கு போணும். கருசாமியும் பரம்சமும் ஆட்டை உட்டுட்டு நிப்பானுவோ' என்று சொல்லிவிட்டு வேகவேகமாக நடை தொடரும்.

தெப்பக்குளத் திண்டில் துண்டை விரித்து ஒருக்கு சாய்த்துப் படுத்திருப்பார்கள் கருப்பசாமியும் பரமசிவமும். மாசானம் போனதும் அவர்களிடம் ஆடுகள் நேற்று எங்கு மேய்ந்தது என்பது உள்ளிட்ட விஷயங்களை கேட்பான். பிறகு குளத்துக்கு அருகே வளர்ந்திருக்கிற முட்களில் இருந்து கருவை காய்களைப் பறிப்பான். கொஞ்சம் சேர்ந்ததும், விசில் அடித்து ஆட்டுக் குட்டிகளை அழைப்பான். வழக்கமாக இவன் இப்படிக் கொடுப்பவன் என்பதால் நான்கைந்து குட்டிகள் கருவை காய்

ருசிக்கு ஓடி வரும். ஒவ்வொன்றுக்கும் காயை நீட்டுவான். கொடுத்து முடித்ததும் அங்கு நிற்க முடியாது. அடுத்து, பத்தூட்டு வளவு.

வளவில் இருக்கும் வீரமணி வீட்டு திண்ணையில் பீடி சுற்றும் பெண்கள் அமர்ந்திருப்பார்கள். போய் உட்கார்ந்து, ‘என்ன எல்லாரும் எப்படியிருக்கியோ?’ என்பான்.

‘ஆமா, ஏழு வருஷத்துக்கு முன்னால பாத்த மாதிரியே கேளு. ஒரு நாளைக்கு நாலுதடவெ வந்துட்டு போறெ? இதுல விசாரிப்பை பாரென்?’ என்பாள் வசந்தா மைனி. ‘ஒங்களுக்கு இதே எடக்குதான் மைனி’ என்று சிரித்துவிட்டு கொறிப்பதற்காக அவர்கள் வைத்திருக்கிற பொறி அரிசியில், கொஞ்சம் அள்ளி வாயில் போடுவான். அவர்கள் சிரிப்பார்கள்.

வயலுக்குப் போய்விட்டுவரும் நல்லக்கண்ணு மாமா, ‘ஏலெ உன்னெ கொளத்துக்கிட்ட பாத்தேன். அதுக்குள்ளெ இங்க வந்து நிய்க்க?’ என்பார். ‘ஒரே இடத்துலெ நிய்க்க முடியுமா? நாலு எடத்துக்கு போவாண்டாம் நான்’ என்று பதில் வரும். ‘என்னமோ வெட்டி முறிக்க மாறியே பேசுததெ பாரேன்’ என்று அவர் சொல்லும்போதே, ‘செரி வரட்டா. செவங்கோயிலுக்கு போணும். பாநாச தாத்தாவும் பச்சி தாத்தாவும் காத்துட்டு இருப்பாவோ’ என்று சொல்லிவிட்டு நடப்பான்.

ஊரில் எல்லோரும் இவனுக்காகவே காத்திருப்பது போல நினைக்கிற மாசானம், குழந்தைக்கு ஒப்பானவன். அவனை சுடுசொல் சொல்லி, யாரும் அழைத்ததில்லை. சாப்பாட்டுக்கும் தூக்கத்துக்கும் மட்டுமே வீட்டுக்கு வருகிற மாசானத்துக்கு கால்கட்டுப் போட்டால் சரியாகும் என்றார்கள் உறவினர்கள். ‘இனும ஒங்காலு ஒரே இடத்துலதான் கெடக்கும் பாரேன்’ என்றார்கள் சேக்காளிகள். ஆனால் திருமணத்துக்குப் பிறகும் பறவக்காளியாகப் பறக்கத் தொடங்கினான். மாமனாருக்கு தாங்க முடியவில்லை. மாசானத்தின் வீட்டுக்கருகில் சும்மா கிடந்த இடத்தில் பலசரக்குக்கடை ஒன்றை ஆரம்பித்துக் கொடுத்தார். முதலில் வெறுப்பாகக் கடையில் உட்காரத் தொடங்கினான். கால் இருப்புக் கொள்ளவில்லை. அது நடக்க நினைத்தது, ஓட நினைத்தது, பறக்க நினைத்தது. இப்போது அடங்கி விட்டது. காரணம் பணம்.

பணம் பண்ணும் வித்தையை வாழ்க்கைக் கற்றுக்கொடுத்த பிறகு பழக்கங்கள் கூட பக்குவத்துக்கு வந்துவிடுவதை மாசானம் உணர்த்திக் கொண்டிருந்தான்.

# சங்கீதம் பூக்கும் சாலை

**த**ங்கம்மன், முத்தாரம்மன், மந்திரமூர்த்தி, நாராயணன், ராமர், பாண்டிராசா ஆகிய கோயில்களின் பெயரில் தெருக்கள் அழைக்கப்படுகிற ஊரில், தன் பெயரில் ஒரு தெரு இல்லாதது பிள்ளையாருக்கு வருத்தமாகக் கூட இருந்திருக்கலாம். அந்த வருத்தத்தை அல்லது கோபத்தை ஏதாவதொரு வழியில் காட்டுவார் என்று நினைத்துக் கொண்டிருந்தேன். ஆனால், அப்படி ஏதும் நடந்து விடவில்லை. ஊருக்குப் பொதுவாக பல பிள்ளையார் கோயில்கள் இருந்தாலும் அதில் வசதியானவராக பாபநாசம் செல்லும் சாலையில் கோயில் கொண்டிருந்த 'ஆருத்ரா கணபதி' இருந்தார். இவர் பணக்காரர் ஆவதற்கு வியாபாரிகள் சங்கம் காரணமாக இருந்தது. மற்ற பிள்ளையார்கள் சாதாரணமாக விழாக்களை கொண்டாட, இவருக்கு மட்டும் விமரிசையாக எல்லாம் நடக்கும். அதில் ஒன்று மார்கழி பஜனை.

கோபால் பாட்டன்தான் பிள்ளையார் கோயில் பஜனையில் முதன்மைப் பாடகர். பாடகரென்றால் கர்நாடகச் சங்கீதத்தில் கரை கண்டவர் என்று நினைத்துவிட வேண்டாம். சங்கீதம் தெரியாது என்றாலும் இனிமையாகப் பாடுபவர்.

வயதாகிவிட்டதால் கொஞ்சம் பிசிறும் தடுமாற்றமும் இருக்கிறது என்றாலும் ஆளை மயக்குவதாகவே அவர் குரல் இருக்கும். அதனாலேயே அவர் முதன்மை பாடகர் ஆனதாக நினைத்துக் கொள்ளலாம். அல்லது அவரே, நான்தான் பாடுவேன் என்று அந்த உரிமையை எடுத்துக் கொண்டிருக்கலாம். ஏனென்றால் உள்ளூர் வியாபாரிகள் சங்கத்தில் அவர் மூத்த தலைவர் என்பதாலும் கோயில் காரியங்களில் முன் நிற்பவர் என்பதாலும் அவருக்கு கொஞ்சம் அதிகப்படியான உரிமை கொடுக்கப்பட்டிருந்தது. அந்த உரிமையில் பஜனைக்கான லீடராகவும் கருதப்பட்டார் அவர்.

இந்த பஜனைக்கு, இரண்டு செக்குகள் வைத்திருந்த முத்துசாமி ஆர்மோனியப் பெட்டியுடனும் தச்சு வேலை செய்கிற ஐயாபிள்ளை மிருதங்கத்துடனும் நடுங்கும் குளிரில் அதிகாலை ஐந்து மணிக்கு கோயிலுக்கு வந்துவிட வேண்டும். பிறகு கோபால் பாட்டன் இந்த எழுபத்தைந்து வயதிலும் வேட்டி துண்டுடன் வெற்றுடம்போடு வருவார். இதையடுத்து ஒவ்வொரு வீட்டிலும் அரிசி வாங்க ஓலைப் பெட்டியையும், காசு கொடுத்தால் வாங்குவதற்கு மஞ்சள் துணி சுற்றப்பட்ட சிறு செம்பையும் தூக்கிக்கொண்டு நான்கைந்து சிறுவர்கள். அந்த நான்கைந்தில் நானும் ஒருவனாக இருந்தேன்.

இதில் கலந்துகொண்டால், ‘நல்லா படிப்பெ’ என்று சொல்லப்பட்டதை அடுத்து, குளிருக்கு இதமாகப் போர்வைக்குள் தூங்குகிற என்னை, நான்கரை மணிக்கே உசுப்பி விடுவாள் அம்மா. நடுங்கிக்கொண்டே பக்கத்து வீட்டு ராஜாவுடன் ஓடிப் போய் வாய்க்காலில் ஒரு முங்கு. குளிர்கிறது என்று கரையில் நின்றால் குளிக்க முடியாது என்பதால் ஓடிப்போய் தண்ணீருக்குள் விழுந்துவிடுவது. பிறகு எழுந்து அப்படியே வீட்டுக்கு வந்து, அதே ஓட்டத்துடன் பிள்ளையார் கோவில். பின், நெற்றி, கைகள் மற்றும் வயிற்றில் திருநீற்றுப் பட்டை போட்டுவிட்டு ராஜா, சிங்கியையும் நான் செம்பையும் தூக்கிக்கொள்ள வேண்டும்.

கோபால் பாட்டன், ‘எல்லாரும் வந்தாச்சாடெ. சாமானெல்லாம் எடுத்துட்டேளா, பொறப் படுவமா?’ என்று மூக்குக் கண்ணாடியை சரி செய்துகொண்டு கேட்பார். அவரால் எல்லோரையும் போல வேகமாக நடக்க முடியாது. காலில் ஆணி. பஜனைக்கு செருப்புப் போடக்கூடாது என்பதால் ஆணிக் காலோடு மெது மெதுவாக நடப்பார். சிறு கல், காலில் பட்டால் கூட உதட்டைக் கடித்துக்கொண்டு நின்றுவிடுவார். நாங்களும் நிற்கவேண்டும். பழமையான ஆர்மோனியபெட்டி என்பதால் அதை அடிக்கடி சரிபண்ணிக் கொண்டே வருவார் முத்துசாமி. மிருதங்கத்தை ஐயாபிள்ளை லேசாக தட்டத் தொடங்கியதும், டீ கடை பாலுவுக்கு இவர்கள் வருகிறார்கள் என்பது தெரியும். அதற்குள் காபி கிளாஸ்களை அடுக்கி வைத்திருப்பான்.

முதலில் பாட்டன் காபியை எடுப்பார். அவரைத் தொடர்ந்து மற்றவர்களும். குடித்துவிட்டு பாடல் ஆரம்பிக் கும்.

'நமப் பார்வதிபதயே ஹரஹர மகாதேவா' என்பதை மட்டும் நாங்கள் கூட்டத்தோடு பாட வேண்டும். இதை, 'நம்ம பார்வதி பஜையே... அரி அரி மகாதெவா' என்று குத்துமதிப்பாக உளறி வைப்போம். பாட்டனைத் தவிர யாருக்கும் பாடல் தெரியாது. அவர் சொல்வதை கேட்டு அரை குறையாகத் திரும்ப சொல்லுவோம். யாரும் கண்டுகொள்ள மாட்டார்கள். ஆனால், பிள்ளை யாருக்கு பூஜை செய்கிற கொண்டை ஐயர், 'ஐயையோ பாட்டை கொல்றேள்' என்று சரியாகப் பாடிக் காண்பிப்பார். 'சாமி, எங்களுக்கு என்னெ தெரியுதோ அதைதானெ பாட முடியும்? நீங்கெ பிள்ளியாரெ பாருங்கெ' என்று சொல்லிவிட்டு பாடல் தொடரும்.

அதே பாடலோடு மந்திரமூர்த்தி கோயில் வழியாக, பஜனை செல்லும். நாங்கள் பெட்டியையும் செம்பையும் தூக்கிக்கொண்டு ஒவ்வொரு வீட்டு வாசலிலும் நிற்கவேண்டும். வாசலை பெருக்குகிற அல்லது கோலம் போட்டுக் கொண்டிருக்கிற பெண்கள், சிறு டம்ளரில் அரிசி தருவார்கள். இல்லையென்றால் துட்டு. அதுவும் இல்லையென்றால், 'நாளெக்கு வாங்கடெ' என்பார்கள். இதில், மூன்று நான்கு தெருக்கள் சந்திக்கிற நடுத்தெருவில் மட்டும், நின்று நிதானமாகப் பாடவேண்டும். காரணம், நன்றாக விடிந்த பிறகே அதையடுத்து இருக்கிற புளியர மர தெருவை கடக்க வேண்டும் என்பதற்காக. அந்தப் புளியமரத்தின் கீழே எப்போதோ கன்னிப்பெண் ஒருத்தி கொடூரமாகக் கொலை செய்யப்பட்டாளாம். அவள் இப்போதும் பேயாக அலைந்து ஒவ்வொருவரையும் பிடித்துவருவதாகப் பேசப்படுவதால் அந்தப் பகுதிக்கு விடியும் முன் யாரும் போவதில்லை. அப்படிப் போன பால்கார சுடலை, காய்ச்சல் வந்து ஒன்றரை மாதம் வீட்டுக்குள் முடங்கி கிடந்ததையும் அவனது உறவுக்காரப் பெண் சரஸ்வதி திடீரென இறந்து போனதையும் இப்போதும் பேசிக்கொண்டிருக்கிறார்கள்.

போகிற வழியில்தான் கோபால் பாட்டனின் வீடு. அவர் வீட்டு வாசலுக்கு வந்ததும், கோலம் போட்டுக் கொண்டிருக்கிற மருமகள் எழுந்து, அரிசி கொண்டு வரப் போவாள். தூக்கக் கலக்கத்தோடு வாசலில் நிற்கிற அவர் பேரன், 'தாத்தா' என்பான். பாடலை பாதியில் விட்டுவிட்டு, பேரனை கொஞ்ச ஆரம்பித்துவிடுவார். அப்படி அவர் பாடலை விட்டதும் பிள்ளையும் ஆசாரியும் தொடர்வார்கள். அதாவது ஒரே வரியை திரும்பத் திரும்ப பாடிக் கொண்டே வருவார்கள். பிறகு பேரனுக்கு டாட்டா காட்டிவிட்டு, நடப்போம்.

நாங்கள் மேற்கிருந்து கிழக்கில் செல்ல, கிழக்கில் இருந்து மேற்கு நோக்கி திருச்சங்குக்காரர் வருவார். அவரும் ஒவ்வொரு வீட்டு வாசலில் நின்று அரிசி வாங்குவார். அதற்குப் பதிலாக அவர் திருநீறு தருவார்.

ராமர் கோயில் வாசல் வந்ததும் அவரோடு நேருக்கு நேர் சந்திப்பு நடக்கும். சந்திப்பின் தொடர்ச்சியாக, திருச்சங்குக்காரர் தங்கப்பூண் போட்ட வெண்சங்கில், 'பப்பர பப்பர பம்....' என்று இழுத்து ஊதுவார். சுகமாக ஒலிக்கும் அந்தச் சத்தத்தை கேட்டுக்கொண்டே இருக்கலாம். முடிக்கும்போது, 'பப பம்' என்று அவர் இழுத்து ஊதுவது இனிமையாக இருக்கும். பிறகு பாட்டன் அவருக்கு வணக்கம் வைப்பார். நாங்களும் சேர்ந்துகொள்வோம். எங்களுக்கும் அவருக்கும் அரிசியோ, காசோ தினமும் கொடுப்பதென்பது சிலருக்கு இயலாத காரியம். அதனால் அவருக்கு ஒரு நாள் கொடுத்தால் அன்று எங்களுக்கு கிடையாது என்கிற பார்முலாவை கையாண்டு வந்தனர்.

காலை ஐந்து மணிக்கு தொடங்குகிற பஜனை, அனைத்து தெருவுக்கும் சென்று சொர்ணம் டீச்சர் வீடு வந்ததும் திரும்பும். டீச்சர் வீட்டுக்கு கீழ்பக்கம் இருக்கும் பச்சையின் கிளப் கடையில் இருந்து உளுந்த வடை வாசம் குப்பென்று காற்றில் மிதந்து வரும். பாட்டன் பாடலை பாடிக்கொண்டே, திரும்பி பார்த்து, 'அந்த கடைக்கு போமா?' என்று முகத்தை ஆட்டி ஆக்ஷனில் கேட்பார். சரி என்பார்கள்.

'நமப் பார்வதி...' என்று கோரசாகப் பாடிவிட்டு கடைக்கு வந்துவிடுவோம். போட்டிருக்கிற பெஞ்சில் உட்கார்ந்துகொள்வார் பாட்டன். சுடச் சுட வடை, பேப்பரில் வைத்து கொடுக்கப்பட்டதும் முன் பற்கள் இல்லாத அவர், வடையை நசுக்கி கொஞ்சம் கொஞ்சமாகப் பிய்த்துப் போடுவார். எங்களுக்கு அதை பிய்ப்பதற்குள் போதும் போதும் என்றாகிவிடும். சூடு. அவர்கள் தின்று முடித்து டீ குடித்த பிறகுதான், நாங்கள் ஊதி ஊதிப் பிய்ப்போம். முத்துசாமி, ஐயாபிள்ளை யை இடித்து, 'திங்கெத பாரு' என்று கிண்டலடித்துவிட்டு, ஆரம்பிப்பார்.

''நம்ம பாட்டன் மட்டும் மெட்ராஸுல இப்டி பாடிட்டு இருந்தார்னு வையி. இதுக்குள்ளெ சினிமால பாடுததுக்கு கூட்டிட்டு போயிருப்பானுவொ'

'பெறவு, அவரெப் போலெ கொரலு யாருக்கு உண்டும் சொல்லு?' என்பார் ஐயாபிள்ளை. நாங்கள் பார்த்துக்கொண்டிருப்போம். வடையை முழுங்கிக்கொண்டே, 'நீங்கெ கண்டேளோடெ அஞ்சாறெ. சினிமாவுக்குலா கூப்புடுவானாம்? சோலி கழுதெய பாருங்கெல' என்று பாட்டன் சொன்னதும் கப்சிப் ஆகும் ஏரியா.

பிறகு அரிசிப் பெட்டியை எட்டிப் பார்ப்பார் பாட்டன். 'ஒருத்தனுக்கும் கை விளங்கெ மாட்டேங்கு பாரேன். கொஞ்சமாவே போடுதானுவோ. ஒரு காலத்துலயெல்லாம் பெட்டியை தூக்க முடியாத மாரி, அரிசி குவியும்'' என்று தன்னாலயே சொல்வார்.

ஒவ்வொரு வீடாக நாங்கள் வசூலிக்கிற அரிசியில், சர்க்கரைப் பொங்கல் அல்லது தயிர்சாதம் அல்லது சுண்டல் உள்ளிட்டவை பிள்ளையாருக்கு படைக்கப்பட்டு, தினமும் மக்களுக்கு கொடுக்கப்படும். ஒவ்வொரு வீட்டிலும் ஒவ்வொரு அரிசி என்பதால் எல்லா அரிசியும் இஷ்டத்துக்கு கலந்திருக்கும். இதில்தான் பிள்ளையாருக்கு படையல். பதினோறு மணி வாக்கில் இதற்காக கோயில் மணி அடித்ததும் அரச இலை அல்லது பூவரசம் இலைகளைப் பறித்துக் கொண்டு கோயிலுக்கு வருவார்கள் ஊர்க்காரர்கள். மற்ற கோயில்களை விட, இங்கு அதிகமாகவே பிரசாதம் வழங்கப்படும் என்பதாலும் ருசி அருமையாக இருக்குமென்பதாலும் கூட்டம் கொஞ்சம் ஜாஸ்திதான். இதை வாங்குவதற்காகவே காத்திருப்பதும் உண்டு.

வழக்கமாக ஒன்றரை மணி நேரத்துக்குள் முடிந்துவிடுகிற பஜனை, கடைசி நாளான பொங்கலன்று மதியம் வரை தொடரும். அன்று மட்டும் ஒரு நோட்டை எடுத்துக்கொண்டு ஒவ்வொரு வீட்டிலும் வசூல் நடக்கும். சிலர் பத்து ரூபாய் வரை கொடுப்பார்கள். குறைந்த பட்சம் ஒரு ரூபாய். சிலர் தராமலும் இருப்பார்கள். வசூல் முடிந்து கோயிலுக்கு வருவோம். பாட்டன், எல்லா பணத்தையும் எண்ணுவார். 'நம்ம எத்தனெ பேருடெ' என்பார். ஐயாபிள்ளை, 'ஏழு பங்கு வையும்யா' என்பார். 'எட்டுலா. கோயிலுக்கு ஒரு பங்கு வேண்டாமா?' என்பார் முத்துசாமி. பங்கு வைத்ததும் பிள்ளையாரை வணங்குவார். பிறகு எங்களை அழைத்து, 'ஏலெ புள்ளியாரை கும்புட்டுட்டு துட்டை வாங்கிக்கிங்கெ. வீட்டுலெ போயி கொடுக்கணும். ஒங்க வீட்டுலெ கேப்பென்' என்று சொல்லிவிட்டு கொடுப்பார். குறைந்தது முப்பது, நாற்பது ரூபாய் இருக்கும். காசை வாங்கிக் கொண்டு வீட்டுக்கு ஒரே ஓட்டம்.

கால் ஆணி கடுமையானதன் பொருட்டு அடுத்தடுத்த பஜனைக்கு வருவதை நிறுத்திவிட்டார் பாட்டன். அவரது பாடல் ஏரியாவை முத்துசாமி கவனித்துக்கொண்டார். இரண்டு மூன்று வருடங்களுக்குப் பிறகு ஐயாபிள்ளைக்கு ஆஸ்த்மா பிரச்னை வந்ததை அடுத்து, அவரும் பஜனையை கைவிட்டார். மிருதங்கம் இல்லாத இடத்தில் சிங்கி மற்றும் ஆர்மோனிய சத்தம் அதிகமாகவே இருந்தது. அவ்வப்போது செருப்புக் காலோடு வந்து, 'ஒழுங்கா போறேலாலெ' என்று கவனிக்கும் பாட்டன், ஒரு மார்கழியில் படுத்த படுக்கையாகிப் போனார். அடுத்து யாரும் வர தயாரில்லாததால் திடீரென கைவிடப்பட்டது தொன்றுதொட்டு வந்த பஜனை.

ஒவ்வொரு வருடமும் தவறாமல் வந்துவிடுகிற மார்கழி, குளிரோடு ஞாபகமூட்டிப் போகிறது நினைவாகிப் போன பஜனையை. தூக்கம் வராத அதிகாலையில் குளிருக்கு இதமாகப் போர்வையை போர்த்தியபடி ஜன்னலை பார்க்கிறேன். இனிமையாகச் சத்தமெழுப்பிச் செல்லும் பெருந்திரளான பறவைகளின் ஒலியில், கோபால் பாட்டனின் குரலும் கேட்பதாக இருக்கிறது எனக்கு.

# ஒலியில் உலவும் குரல்

ஒலியின் வழி உள்ளூர்க்காரர்களுக்கு உற்சாகமூட்டுகிற சாமி மாமாதான், படிக்கிற அண்ணன்களின் ஹீரோ. கலைந்த தலையுடன் வயரும் டெஸ்டருமாக அலைகிற மாமாவின் வீட்டிலிருக்கும் ஒலிபெருக்கிகளே அதற்கு காரணம். கிருஷ்ணன் சவுண்ட் சர்வீஸின் ஓனரான மாமா, எப்போதும் பரபரப்பாகவே இருப்பவர். ஓனர் என்கிற பதம், மாமாவுக்கு ஓவராகவே பிடிக்கும். பெரும் வியாபாரிகளை அல்லது தொழிலதிபர்களை ஓனர் என்று அழைக்கிறவர்கள், தன்னையும் அப்படி சொல்கிறபோது, அவர் அடைகிற மகிழ்ச்சிக்கு அளவில்லை.

கூப்பிட்ட வேலைக்குப் போய்க்கொண்டிருந்த மாமா, இந்த ஒலிபெருக்கி நிலையத்தை ஆரம்பிக்கும் முன், பாலன் சவுண்ட் சர்வீஸில் வேலைக்கு போனார். அதாவது சைக்கிளில் ஒலிபெருக்கிகள் மற்றும் டியூப் லைட்டுகளைக் கட்டிக்கொண்டு பாப்பாங்குளம், மன்னார் கோயில், வாகைகுளம், தாட்டாம்பட்டி,

கோட்டவிளைபட்டி, சிவசைலம் உள்ளிட்ட ஊர்களுக்கு சென்றதில் தொழில் கற்றுக்கொண்டார். பந்தலில் ஏறி டியூப் லைட்டுகளை கட்டுவது, மின் கம்பங்களில் குழாய்களை கட்டுவது, கோயில் கொடை என்றால் சீரியல் பல்புகள் பொருத்தப்பட்ட கட்அவுட்களை அமைப்பது, ரகசியமாகக் கொக்கி போட்டு மின்சாரம் திருடுவது உள்ளிட்ட வேலைகளை தெரிந்துகொண்ட பின், தனிக் கடை போட்டார் மாமா.

இதன் பொருட்டு ஊரில் ஏற்கனவே இருந்த மூன்று ஒலிபெருக்கி நிலையத்துடன் நான்காவதாக வந்து சேர்ந்தது மாமாவின், கிருஷ்ணன் சவுண்ட் சர்வீஸ். தன் வீட்டின் முன் பகுதி குடிலை சவுண்ட் சர்வீஸுக்காக ஒதுக்கி இருந்தார் மாமா. அதன் கதவைத் திறந்து உள்ளே சென்றால் எங்கெங்கும் இறைந்துகிடக்கும் எலெக்ட்ரிகல் பொருட்களும் வயர்களும். அதனுள் உட்கார்ந்து புது பாடல்களை மாமா போட ஆரம்பித்தால், பக்கத்து வீட்டு அண்ணன்கள் ஸ்டெப் கட்டிங் தலைமுடியை நான்கைந்து முறை வாரிவிட்டு வந்துவிடுவார்கள் ஸ்பாட்டுக்கு. கொட்டை கடையில் மாமாவுக்கு ஒரு கோலி கலரை வாங்கி கொடுத்துவிட்டு அருகில் உட்கார்ந்து கொள்வார்கள். அவர்களது நோக்கம் பாட்டைக் கேட்டவாறே அக்கம் பக்கத்து திண்ணைகளில் பீடி சுற்றும் தாவணிப் பெண்களை நோட்டமிடுவது தான்.

இதோடு இசையை கரைத்துக் குடித்தவர்கள் மாதிரி விவாதம் நடக்கும். இதில் பாலு என்கிற பாலசுப்ரமணியம் ஒரு படி மேலே போய், எம்.எஸ்.வி. மற்றும் இளையராஜாவின் பாடல் ராகங்கள் பற்றி எங்கோ படித்ததை அல்லது கல்லூரியில் யாரோ சொல்லியதை ஒப்பித்துக் கொண்டிருப்பான். ‘இந்த ஊர்ல இருந்துட்டு எசைய பத்தி இப்டி பேசுதானெ?’ என்று ஆச்சரியப்பட்டுக் கொண்டிருப்பார்கள் மற்றவர்கள்.

மாமாவின் எதிர்வீட்டில் குடியிருக்கும் பலவேச நம்பியார், ‘‘ஏல, சரஸ்வதி சபதம் வசனத்த போடுவியா? இத போட்டுட்டு இருக்கெ. காது ஜிவ்வுங்கு’’ என்பார். அவர் அருகில் இருக்கும் செல்லம்மா பாட்டி, ‘‘ஏன் சரஸ்வதி சபதம்? கட்டபொம்மன் வசனத்தை போட சொல்லும்’’ என்றதும் தாத்தா அவளை முறைப்பார். ‘‘போற காலத்துல, ரெண்டும் நம்ம உயிரை வாங்குது பாரேன்’’ என்கிற சாமி மாமா, ‘‘ராத்திரியாவட்டும் போடுதெம்’’ என்று நழுவுவார்.

இசைத் தட்டின் வழி வருகிற பாடல்களை கேட்டுவிட்டு மாமாவின் மனைவி, ‘‘சத்தத்தை கொறச்சு வய்யிங்க. புள்ள முழிச்சிர போது. தெனமும் இத சொல்லணுமாங்கும்’’ என்று முறைத்துவிட்டு போவாள்.

‘‘முழிச்சா முழிக்கட்டும். மெதுவா வச்சு கேட்டா, கேட்ட மாரியா இருக்கு?’’ என்று சொல்லி விட்டு பிறகு மனசு கேட்காமல் குறைப்பார்.

ஊள்ளூரில் சொந்த பந்தங்களுக்குள் சடங்கு வீடு, காதுகுத்து, கல்யாணம், கொடை விழா போன்ற வற்றை கேள்விப்பட்டால் போதும், தானாகவே ஆஜராகி உரிமையோடு மைக் செட்டை கட்ட ஆரம்பித்துவிடுவார். வன்னியநம்பி மகள் பெரிய மனுஷி ஆனதில் தலைக்கு தண்ணீர் ஊற்றுவதற்காக வெளியூரில் இருந்து ஆட்கள் வந்திருந்தார்கள். விஷயம் கொஞ்சம் லேட்டாக மாமாவுக்குத் தெரியவர, கொதித்துப் போய், ''எம் மச்சான் புள்ள பெரிய மனுஷி ஆயிருக்கு. சொல்லவே இல்லயே'' என்றபடியே மைக்செட்டை கட்டிவிட்டு பாடல் போட்டுவிட்டார். பின், வந்திருந்த சொந்தங்களிடமும் 'இப்டி பண்ணிட்டானே?' என்று ஆவலாதி வேறு. ''ஆயிரஞ் சொல்லு. நா என்ன வேண்டாதவனாவே? இந்த மைக் செட்டுக்கு என்னத்த கேட்ற போறேன்? மச்சான் புள்ளக்கி ஓசிக்கு செட்டு கட்ட மாட்டனா?'' என்று வீராப்பாய் சொல்லிவிட்டு வந்து விட்டார்.

பலசரக்குக் கடை உலகநாதன்தான், ''என்ன சின்னையா, இப்டி ஊரு பூரா ஓசிக்கு செஞ்சிட்டிருந்தனா, ஒம்ம புள்ளக்கு என்னத்த சேக்க போறேரு?'' என்றான்.

''நா என்ன கோட்டிக்காரனா? இப்பம், ரெண்டு மணி நேரத்துக்கு கட்டிருக்கேன். இதுக்கு துட்டு அதிகமா கேக்க முடியாது. அடுத்த மாசம் சடங்கு வப்பாம்லா. அப்பம் அமுக்கிர வேண்டியதாம். ஏம் முந்திக்கிடுதம்னா, அடுத்தாள்ட்ட அவனுவ போயிரக் கூடாதுலா?'' என்று கறை படிந்த முன்பற்களைக் காட்டி தொழில் ரகசியம் சொன்னார். ''வெவரமாதாவே பண்ணுதேரு'' என்றான் உலகநாதன்.

என்னதான் விவரமாக தொழில் செய்தாலும் மாலை ஆறு மணிக்கு மேல் லோவோல்டேஜ் பிரச்னை இம்சை பண்ணும் ஊரில். உள்ளூரில் தொழில் போட்டிகளை சமாளிக்க பிற சவுண்ட் சர்வீஸ்காரர்கள் வாங்கி வைத்திருக்கும் கட்சி சின்னங்கள், அண்ணத்துரை, கருணாநிதி, எம்.ஜி.ஆர், இந்திரா காந்தி கட்–அவுட்கள், அம்மன் கட்–அவுட்கள் போன்றவற்றை மாமாவும் வாங்க வேண்டியிருந்தது. இல்லையென்றால் மற்றவர்களிடம் இரவல் வாங்குவதும் உண்டு. சீரியல் பல்புகள் பொருத்தப்பட்ட இந்த கட் அவுட்கள் இரவில் ஜொலிக்க ஆரம்பித்தால் வாய்பிளந்து பார்ப்பார்கள். கெந்தி கெந்தி நடக்கும் காட்டாங் கணேசன் ஒரு நாள் இரவு, போதையில் சீரியல் பல்பில் சிரித்துக் கொண்டிருந்த எம்.ஜி.ஆருக்கு மாலை போட பந்தலில் ஏறிவிட்டான். கையை எசகு பிசகாக எங்காவது வைத்துவிட்டால் மின் தாக்குதலில் மல்லாந்துவிட வாய்ப்பிருக்கிறது என்பதற்காக, அவனை அடக்கி இறக்குவதற்குள் பட்ட பாடு பெருங்கதை.

வெளியூர்களில் செட் கட்ட போகவேண்டும் என்றால் மாமாவுக்கு குஷி வந்துவிடும். சைக்கிளில் மைக் செட் போய் இறங்கியதும் ஒத்தாசைக்கு

உள்ளூர் இளசுகள் ஓடிவந்துவிடுவார்கள். குழாயை பிடிக்க, ஆம்ளிபயரை வைக்க, டியூப் லைட்டுகளை இறக்க என்று தூள் பறக்கும். பிறகு குழாய்களை, ‘எங்க வீட்டு மச்சில வையுங்க. அந்த வேப்பமரத்து மேல வையுங்க’ என்று ஆளா ளுக்கு பாசம் காட்டுவார்கள். இந்த திடீர்ப் பாசங்களில் திக்குமுக்காடி போவார் மாமா. பிறகு சிகரெட், பீடி, கலர், சில நேரங்களில் பிராந்தியும் ஓசியில் கிடைக்கும். இதற்கு பிறகு மாப்பிள்ளை வீட்டார் என்று ஒரு கோஷ்டி வந்து ஒரு பாடலை போட சொல்வார்கள். ‘நாங்க பெண் வீட்டுக்காரங்க’ என்று ஒரு கோஷ்டி வரும். மாறி மாறி அவர்களுக்கும் இவர்களுக்குமாக பாடல் போட்டு கல்யாண வீட்டில் ரகளையை ஏற்படுத்திய சம்பவங்களும் மாமாவுக்கு உண்டு. ‘‘நம்மள போட்டு பிராணன வாங்குதானுவோ. அதான், மாப்பிள்ள வீட்டயும் பொண்ணு வீட்டயும் மல்லுக்கு நிக்க வச்சுட்டேன்’’ என்பார்.

சிவசைலம் தாண்டி, சுடலை மாடசாமி கோயில் கொடைக்கு செட் கட்டியிருந்த மாமாவுக்கு ராத்திரி ரகசியமாக மூன்று வீட்டிலிருந்து கறிச்சோறு வந்திருந்தது, யாரும் அறியாதது. அந்த மாதிரி விஷயங்களில் அப்பாவி மாதிரி காண்பித்துக் கொள்வார் மாமா.

வேலை இல்லாத நாளின் மாலை நேரத்தில் மொட்டை மாடியில் படுத்துக் கொண்டு சோகப் பாடல்களை கேட்டுக் கொண்டிருக்கிற மாமாவை பார்க்க பாவமாக இருக்கும். சொந்தத்துக்குள் காதல் செய்து, அது நிறைவேறாமல் தோல்வியை சந்தித்தவர் என்கிற தகவல், ஸ்டெப்ட் கட்டிங் அண்ணன்களுக்குத் தெரியும். மாமா இப்படி சோகப்பாட்டு போடுகிறார் என்றால் அவரின் காதலி, ஊருக்கு வந்திருக்கிறாள் என்று அர்த்தம்.

இந்நேரத்தில் பக்கத்து வீட்டு அண்ணன்கள், மாமாவின் சோகத்தில் பங்கெடுப்பதற்காக முகத்தை அழுவது போல வைத்துக்கொண்டு தரையை பார்த்தவாறு பேசாமல் உட்கார்ந்திருப்பார்கள். ‘எங்க ஊர் ராசாத்தி’யில் இருந்து, ‘‘பொன்மானைத் தேடி நானும் பூவோடு வந்தேன்’’ என்று பாடல் நான்கைந்து முறை ரிபீட் ஆகிக்கொண்டே இருக்கும். ஒலியின் வழி மிதக்கும் குரலில், மாமா தன்னை சுதாகராகவும் அவரது முன்னாள் காதலியை, ராதிகாவாகவும் பாவித்துக் கொண்டிருப்பார். ‘‘இன்னொரு ஜென்மம் இருந்தா அப்போது பார்ப்போம்’’ என்ற வரி வரும்போது மாமா நிஜமாகவே அழுதுவிடுவார். அதை பார்த்துக் கொண்டே பார்க்காத மாதிரி அண்ணன்களும் அழுகைக்கு முயலுவார்கள். பாடல் முடிந்ததும்,‘‘ஏலெ நா லவ்வு பெயிலியரு. ஒங்களுக்கென்னல, அழுதிட்டிருக்கியோ’’ என்றதும்தான் ‘ஒருதலைக் காதல் கூட நமக்கு இல்லையே’ என்கிற ஞாபகம் அவர்களுக்கு வரும். இருந்தாலும் ‘‘ஒங்க சோகம் எங்களை தாக்கி’’ என்று சமாளிப்பார்கள்.

ஒருநாள், தெரு தோழிகளுடன் ராமராஜன் படம் பார்த்துவிட்டு வந்தாள் மாமாவின் மனைவி. அதில் பாட்டுப் பாடி பால் கறப்பது மாதிரி, ''நீங்க, நல்ல பாட்டா போடுங்க. இது பால் தருதா பாக்கென்'' என்று கன்னுக்குட்டி இல்லாத பசுவிடம் பால் கறக்க முயற்சி செய்தாள். மாமா காதல் சோகத்தில், ''காத்திருந்து காத்திருந்து காலங்கள் போகுதடி''யை போட்டுவிட, மடுவுக்கு கையை கொண்டு போன அவன் மனைவியை பின் கால்களால் எத்தி தள்ளியது மாடு. பாட்டுக்கும் மாட்டுக்கும் சம்பந்தமில்லை என்பதை உணராத அவள், வேறு பாடலைப் போட சொன்னாள். கடுப்பான மாமா, ''பொம்ம கன்னுக்குட்டி செஞ்சுதான் பால் கறக்கணும். பாட்டைப் போட்டெல்லாம் கறக்க முடியாது'' என்று சொல்லி புரிய வைப்பதற்குள் நொந்து நூலாகி விட்டார்.

மாமாவின் கடை இப்போதும் இருக்கிறது. காதைப் பிளக்கும் சத்தங்களை தரும் ஒலிபெருக்கி குழாய்கள் அவரிடம் இல்லை. மாறாக நான்கைந்து ஸ்பீக்கர்கள் இருக்கிறது. பாடலை கேட்க எப்போதும் அங்கு கூடியிருக்கும் திண்ணையில் தலையணை வைக்கப்பட்டிருக்கிறது. பாடல் போட்டால், சீரியல் பார்ப்பது தடைபடுவதாக அக்கம் பக்கத்துப் பெண்கள் குறைபட்டுக் கொள்கிறார்கள். ''ஒரு காலத்துல நா பாட்டுப் போட்டம்னா...'' என்று அவர் சொல்ல ஆரம்பித்தால், கேட்பதற்கு ஆளில்லை. அவரை பார்க்கும் போதெல்லாம், ''இன்னோரு ஜென்மம் இருந்தா அப்போது பார்ப்போம்'' என்ற வரி மட்டும் மனதுள் ஏனோ தவறாமல் வந்து போகிறது.

# சத்தங்களின் சத்தம்

ஊருக்கு ஒதுக்குப்புறமாக இருக்கிறது கொம்பையா என்கிற வெடிக்காரரின் வீடு. தென்னை மரங்கள் சூழ்ந்திருக்கிற சிறு தோப்புக்குள் சுவரெழுப்பி, ஓலைகள் வேயப்பட்ட விசாலமான குடிசைதான் வீடென சொல்லப்பட்டு வந்தது. அதன் சாணம் மெழுகிய மண்தரை முற்றத்தின் இடது பக்கத்தில், கோழி கூடு. அதை அடுத்து தனியாக, அதே சைஸுக்கு பூட்டப்பட்ட ஓர் அறை. அதில்தான் வெடிமருந்துகள் வைக்கப்பட்டிருக்கிறது.

கோயில் கொடை, கல்யாணம், காதுகுத்து, திருவிழா உள்ளிட்ட நிகழ்ச்சிகளுக்கு வெடிபோட அழைக்கப்படும் கொம்பையா, இந்த விசேஷங்கள் இல்லாத நாட்களில் குளத்தில் அல்லது ஆற்றில் மீன் பிடிப்பதை செய்துவருவார்.

கொம்பையா தயாரிக்கும் வெடிகள் வித்தியாசமானவை. ஒரு முழ நீளத்துக்கு சிறு மூங்கில் பட்டை. அதன் ஒரு பாகத்தில் மூன்று இஞ்ச் நீள டப்பாவுக்குள் கரிமருந்து திரி வைத்து பட்டையோடு டைட்டாகக் கட்டப்படும்.

திரியில் தீயை வைத்ததும், புஸ் என்று தீச்சிதறல்கள் வெளியேற, மூங்கில் பட்டையை வலது கையால் பிடித்து, கீழே கொண்டு சென்று மேல் நோக்கி வேகமாக ஒரு வீசு. உயரத்தில் சென்று, பெரும் சத்தத்துடன் வெடிக்கும் அது. முதலில் இதைத்தான் வெடித்து வந்தார் கொம்பையா. கொடை காலங்களில் சாமி சப்பரம் எங்கு நிற்கிறது என்பதை இந்த வெடி சத்தங்கள்தான் சொல்லிவந்தன. இந்த சத்தத்தை வைத்தே சாமிகளை வரவேற்கத் தொடங்குவார்கள் மக்கள். ‘வேட்டு சத்தம் எவ்வளவு தூரத்துலெ கேக்கு. சாமி வர இன்னும் நேரமாவுமடெ’ என்றவாறு வேலைகள் நடக்கும்.

சிவசைலத்தில் இருந்து பரமகல்யாணி அம்மன் ஊருக்கு வந்த இரண்டாவது நாளில், சப்பரம் புறப்படுவதற்கு முன்பு, கலர் கலர் வெடி நிகழ்ச்சிகளுக்கு ஏற்பாடு செய்திருந்தது கோயில் நிர்வாகம். இதில்தான் கொம்பையாவுக்கு மரியாதை வந்தது. இந்த வெடி விழாவுக்காக, பஸ் ஸ்டாண்டுக்கு வடக்கே இருக்கிற புளியமர பகுதி ஒதுக்கப்பட்டிருந்தது. அதன் அருகே மெகா சைஸ் ஜன்னல் மாதிரி, கம்புகள் கட்டப்பட்டிருந்தன. அதில் ஒவ்வொரு அடுக்காக விதவிதமான குண்டு வடிவ வெடிகள் கயிறு கட்டித் தொங்க விடப்பட்டிருந்தன. சரியாக இரவு ஒன்பது மணிக்கு வானவேடிக்கை.

‘சின்னப் புள்ளைலுலாம் தூரப்போங்கல. பக்கத்துல யாரும் நிய்க்கப்பிடாது’ என்ற அறிவிப்புக்குப் பிறகு கொஞ்சம் தூரமாக, வட்ட வடிவில் ஊர்க்காரர்கள் நின்றிருப்பார்கள். முதலில் வானவெடி. கொம்பையாவின் உறவுக்காரன் ஒருவன் ஒவ்வொரு வெடியிலும் தீப்பற்ற வைத்துக் கொடுக்க, இரண்டு கைகளிலும் அதை வாங்கி, வேகவேகமாக வீசுவார். வழக்கமாக ஒரு கையால் வீசுவதுதான் வழக்கம். கூட்டத்தைப் பார்த்துவிட்டால் யாருக்குத்தான் மகிழ்ச்சி பிறக்காது? அந்த மகிழ்வின் வெளிப்பாடாக இரண்டு வெடிகளை ஒரே நேரத்தில் வீசுவார். அதை பார்க்கவே அழகாக இருக்கும். பிறகு குண்டு வெடிகள். இந்த வெடிகள் வரிசையாகக் கட்டப் பட்டிருக்கும். இதில் கொம்பையா சாகசம் செய்வார்.

அதாவது முதல் வெடிக்கு தீ வைத்துவிட்டு அதிலிருந்து மற்ற வெடிகளுக்கும் தொட்டு தொட்டு தீ வைத்துப் போவார் கொம்பையா. பார்க்கிறவர்களுக்குப் பயமாக இருக்கும். சிலர், ‘சீக்கிரம் வச்சுட்டு தூரப்போ. பக்கத்துலயே தீக் கங்கெ வச்சுக்கிட்டே போற, கூறுகெட்டாலெ?’ என்று செல்ல திட்டு திட்டுவார்கள். ஆனால், மற்றவர்களுக்கு அவரவர் துறையிலான சாகசம் மாதிரி இது கொம்பையாவின் சாகசம். பயத்துக்குப் பயங்காட்டுகிற தெனாவட்டு ஸ்டைல். அவர் கடைசி வெடியில் தீ வைக்கும்போது, முதல் குண்டு வெடிக்கும். கொம்பையா

தூரப்போயிருப்பார். அப்பாடா என்றிருக்கும். பிறகு தொடர்ந்து டப் டமாரென எழும் சத்தங்களோடு வண்ணங்கள் வருவதும் தெரிந்தது. அது ஓர் அதிசயம். கரும்பழுப்பு நிற புகையை மட்டுமே கக்குகிற வெடிகளில் இருந்து, கலர்கலர் சிதறல்கள் எப்படி ஏற்படுகிறது என்கிற அதிசயம் எல்லார் முகங்களிலும் இருக்கும். ஆச்சரியங்களுக்கிடையே பத்து இருபது நிமிடம் நடக்கும் வானவேடிக்கையில் சத்தங்களின் சத்தமே கூப்பாடாக இருக்கும்.

மறுநாள் காலையில் சைலு டீ கடைக்கு வரும் கொம்பையாவிடம், ‘எப்படிடெ வெடில கலரா வந்துது?’, ‘அது உள்ளெ எப்படிடெ இதை வச்சானுவோ?’ என்கிற அப்பாவிக் கேள்விகள் தொடர்ந்து வரும். கேரளாவில் அணைகட்டு வேலைக்குச் சென்றுவிட்டு வந்திருந்த சுப்பையா மேஸ்திரி, ‘இதெல்லாம் என்ன வெடிங்க?’ என்று கேவலமாகக் கொம்பையாவைப் பார்ப்பார். அவருக்கு வேசடையாக இருக்கும்.

கேரளா என்பது வேறு ஏதா ஒரு கண்டத்தில் இருப்பது போலவும் அங்கிருந்து பல விஷயங்களை அறிந்துகொண்டு வந்தவன், நான் மட்டுமே என்பது மாதிரிதான் சுப்பையா மேஸ்திரியின் பேச்சு இருக்கும். ரைஸ் மில்லில் மூட்டை சுமக்கிற கந்தன்தான் மேஸ்திரிக்கு கூட்டாளி. சொல்வதற்கெல்லாம் ஆச்சரியம் காட்டுகிற அல்லது, ‘அப்படியா?’ என்று வாயடைத்து நிற்கிற ஒரே ஆள், அவன் மட்டுமே என்பதால் மேஸ்திரிக்கு வேறு யாரையும் பிடிக்காது.

‘ஏலெ கந்தா, இதெல்லாம் என்னல வெடி? கேரளாவுல போடுவாம் பாரு. இங்கெயிருந்து நேரா மேல போவும் வெடி. செத்த நேரம் அப்டியே நிய்க்கும் அங்கெ. திடீர்னு கீழ வரும். நம்ம தலெ ஒசரத்துக்கு வந்ததும் வெடிக்கும் பாரு டொப்புன்னு. எப்படியிருக்குங்கெ?’

மேஸ்திரி இப்படி சொன்னதும் டீ கடை சைலு, ‘ஆரம்பிச்சுட்டானுவோ. தலெ ஒசரத்துல நின்னு வெடிச்சா, மூஞ்சி பேந்துராதா? இன்னும் என்ன கதைலாம் சொல்ல போறாம்னு தெரியலயெ?’ என்று முனங்கிக்கொண்டு கொம்பையாவை பார்ப்பான். சுள்ளென்று கோபம் வரும் அவருக்கு. அடக்கிக்கொண்டு சொல்வார்.

‘ஆமா. நீ வான்னா வாரதுக்கும் போன்னா போறதுக்கும் அதென்ன ஒம்ம வீட்டு வெள்ளாடுன்னு நெனச்சேரோ? வெடியாங்கும். கொஞ்சம் லேவு தப்பிட்டுன்னா, லங்கோடு பிஞ்சுபோவும். கதை சொல்லுததெ பாரேன், களிமண்ணுக்கும் கருங்கல்லுக்கும் கல்யாணம்னு’ என்று புலம்பிக் கொண்டே வேகமாக இடத்தை காலி பண்ணுவார்.

வெடியின் வண்ணங்கள் பற்றி பேச ஆரம்பித்தவர்கள், ‘யோவ் மேஸ்திரி, நீரு வாயை பொத்திட்டு இருந்தீர்னா, அவென், வெடிக்குள்ள கலரை வச்சதெ சொல்லிருப்பான். இப்படி பண்ணி உட்டுட்டேரே?’ என்பார்கள்.

‘ஓங்களுக்கு நாலு வெஷயத்தை வெளங்க வைக்கலாம்னா, வெடிகாரனுக்கு சப்போட்டா? ஓங்களெ திருத்த முடியாதுவே. ஏலெ கந்தா, எடத்தெ காலி பண்ணு, போவும். இப்படி ஒண்ணுந் தெரியாமலேயே போயி சேர்ந்துருவானுவோ போலருக்கெ’ என்று கிளம்புவார்கள். இப்படியான ஆட்களும் இல்லையென்றால் ஊர் என்கிற அடையாளம் முழுமை பெறாது.

விழாக்களுக்கு மட்டுமே வெடிபோட்டு வந்த கொம்பையாவை, தாத்தாக்களின் இறப்புக்கும் வெடி போட அழைத்தார்கள். முதலில் யோசித்த அவர், பிறகு அரை மனதுடன் வேட்டுப் போட கிளம்பினார். இப்போது வழக்கமாகி விட்டது. வசதியாக வாழ்ந்த தாத்தாக்களின் இறுதிச் சடங்கை, பேரன்கள் கொண்டாடத் தொடங்குவதால் அதற்கும் வெடி, தவிர்க்க முடியாததாகி விட்டது.

விறகு கடை தாத்தா தொண்ணூற்றி எட்டு வயதில் இறந்து, குடும்பத்தை சந்தோஷப்படுத்திய நாளில், பேரன்கள் வெடிகாரரை அழைக்கப் போனார்கள். இப்படியொரு திடீர் இறப்பு நடக்கும் என்று அவர் கண்டாரா என்ன? கோவன்குளத்தில் வடிக்கப்பட்ட சாராயத்தின் டேஸ்ட் பார்க்கப் போனவர், அதிகமாக டேஸ்ட் பார்த்துவிட, தள்ளாடி தடுமாறியது கால். வீட்டில் படுத்திருந்தவரை உசுப்பி வெடிபோட அழைத்து வந்தார்கள். முதல் இரண்டு வெடிகளை சரியாகப் போட்ட கொம்பையா, மூன்றாவது வெடியை மேலே வீசுவதற்குப் பதிலாக, கை தடுமாறி வீட்டுக்குள் வீசி விட்டு தரையில் மல்லாந்துவிட்டார். வானத்தில் வெடிக்க வேண்டிய வெடி, கட்டிலில் வைக்கப்பட்டிருந்த தாத்தாவின் வயிற்றில் வெடித்து அருகில் அழுது கொண்டிருந்த ஐந்தாறு பெண்களுக்கு காயத்தை ஏற்படுத்தியிருந்தது.

பேரன்கள் கொதித்து வெடிகாரரை ‘தூக்கிப் போட்டு மிதிக்க’ வர, அவர் போதையில் ரோட்டில் கிடந்தார். காயம்பட்டவர்களுக்கு பாய் டாக்டரும், கொம்பையாவுக்கு சுவர்முட்டிக் கடைகாரரும் சிகிச்சை அளித்தார்கள். போதை தெளிந்ததும் கொம்பையா எடுத்த முடிவு, ‘நாளை முதல் குடிக்கக் கூடாது’. அந்த முடிவில் கடைசி வரை உறுதியாக இருந்தார் என்பது வேறு விஷயம். ஆனால், அவர் குடிக்கவில்லையென்றாலும் குடிகார சாபம் சும்மா விடாது போலிருக்கிறது. கொம்பையாவின் தூரத்து சொந்தமான மச்சான் உறவுக்காரன், பக்கத்தூரில் இருந்து விருந்துக்கு வந்தான் புது மனைவியோடு. குடிசைக்குள் எல்லாரும் தூங்கிக் கொண்டிருக்க, வெறும் ஊறுகாயோடு வாங்கி வந்திருந்த ஒரு பாட்டில் சாராயத்தை திறந்தான் வாசலில் வைத்து.

‘சீக்கிரம் குடிடெ. நமக்கு அந்த நாத்தமே சரிபட்டு வராது’ என்று அவனுடன் உட்கார்ந்திருந்த கொம்பையா, ஊறுகாயை மட்டும் தொட்டு நக்கிக்கொண்டே இருந்தார். பாட்டிலில் பாதியை குடித்ததும் போதை ஓவரான மச்சானை ஓரமாக படுக்கச் சொல்லிவிட்டு வெடிகள் பாதுகாக்கப்பட்டிருக்கும் இடத்துக்கருகில் தூங்கினார் கொம்பையா. திடீர் திடீர் என்று எழுந்து பீடியை பற்ற வைத்த மச்சான், அதை அணைத்து வீசாமல் அப்படியே வீசித் தொலைக்க, பாதுகாக்கப்பட்ட வெடி பற்றிக்கொண்டது. மொத்த வெடியும் வெடித்து, கொம்பையாவுக்கு இடது கையில் படுகாயம். காலில் எலும்பு முறிவு.

ஐகிரவுண்ட் ஆஸ்பத்திரிக்குத் தூக்கிக்கொண்டு போனார்கள். கட்டுப் போட்ட சில மாதங்களுக்குப் பிறகு மெதுமெதுவாக நடக்க ஆரம்பித்தார் கொம்பையா. ஆனால், பழைய நடை இல்லை. கொஞ்சம் இழுத்து வளைந்து நடக்க வேண்டியதாகி இருந்தது. இந்த இடைப்பட்ட காலத்தில் ஊருக்குள் வேட்டு சத்தம் கேட்கவில்லை என்பது குறிப்பிடத்தக்கச் செய்தி. பிறகு வெடிவேலையை ஓரங்கட்டி வைத்துவிட்டு, மச்சான் புண்ணியத்தில் அவன் ஊரில் பெட்டிக்கடை வைத்துவிட்டார்.

இப்போது வெடிக்காரர் இல்லை. திருமணம், காதுகுத்து விழாக்களுக்குப் பட்டாசு கடைகள் பத்திரமாகப் பாதுகாத்து வைத்திருக்கின்றன வெடிகளை. பேன்ஸி வகையான வெடிகளில் இருந்து இன்னும் பிரமாண்டமான வண்ணங்கள் வான்வெளியில் ஆட்டம் காட்டிப் போகின்றன. கோயில் விழாக்களுக்கு மட்டும் வெளியூரிலிருந்து வந்துபோகிறார்கள் வெடிக்காரர்கள். ஆனாலும் கொம்பையாவின் சாகசத்தை அதில் காண முடியாததாகவே இருக்கிறது.

# போதையின் நிழல்கள்

**தி**ருக்கிய மீசையும் சிவந்த கண்களுமாக அலையும் மாசியின் நடைதான் அவனது போதை அளவை தீர்மானிப்பதாக இருக்கும். போதையின் நடைகளை அதாவது போதையில் தள்ளாடுகிறவனின் கால் அசைவுகளைக் கணக்கிட்டால் அதுவும் குத்துமதிப்பாக ஏதாவதொரு நடன வகைக்கு ஒப்பானதுதான். சுமாரான போதை என்றால் கால்கள் அதிகம் அலைவதில்லை. அதிகப் போதைக்கு தாவி தாவி நடக்கும். இன்னும் அதிகமெனில் விழுந்து எழும் நடைதான். மாசி, சுமார் அல்லது அதிகம் அல்லது குறைவான போதையில் எப்போதும் இருப்பவன்.

இந்தப் போதையின் காரணமாக, உப்புச் சப்பில்லாத காரணத்திற்கெல்லாம் அரிவாளோடு வந்து அரற்றிவிட்டுப் போவது அவனது அனாவசிய நடவடிக்கைகளில் ஒன்று. இதற்காகப் பாப்பாங் குளத்தில் இருந்து வாங்கிவரப்பட்ட அரிவாளைப் பயன்படுத்தி வந்தான். மாசியின் கணக்கில், இரண்டு கொலை

முயற்சி வழக்குகளும் நான்கு பெட்டிகேஸ்களும் இருந்தன. இதற்கு முந்தைய வழக்கு ஒன்றில் நான்கு மாதம் சிறைக்குச் சென்று வந்திருந்தான் என்பதால், ‘அவங்கிட்டெ சொரணாவக் கூடாதுல. பட்டுன்னு கத்திய நீட்டிருவான்’ என்கிற எச்சரிக்கை உணர்வு எல்லாருக்கும் இருந்தது.

அவன் பெயரைச் சொல்லி பயங்காட்டித்தான் குழந்தைகளுக்குச் சோறூட்டுவார்கள் பெண்கள். ‘ஒழுங்கா தி்ய்ங்கணும். இல்லன்னா, குடிகார மாசிட்டெ புடிச்சிக்குடுத்திருவென்’ என்கிற மிரட்டலில் குழந்தைகள் உணவு உண்டு வந்தனர். தெருவில் அவன் நடந்து சென்றால் வீட்டின் வெளிக்கதவை அடைத்துவிட்டு பெண்கள் உள்ளுக்குள் ஓடிவிடுவார்கள். இந்த ஓடலுக்கு, ‘ஒத்த செத்தெயில பொம்பளயோ நின்னா, கைய புடிச்சு இழுத்துருவானாம்லா’ என்கிற காரணம் சொல்லப்பட்டு வந்தது. இதற்காகவே ஆற்றோர வயல் மற்றும் தோப்புகளுக்குச் செல்கிற பெண்கள் இரண்டு மூன்று பேர்களாகவோ, அல்லது யாரையாவது துணைக்கு அழைத்துக்கொண்டோ சென்று வருவதை வழக்கமாகக் கொண்டிருந்தனர்.

மாசியின் பிரதான தொழிலாகச் சாராயம் வடிப்பது இருந்தது. உபதொழில் விவசாயம். வடிப்பதன் பொருட்டு குடிப்பதும் உண்டென்பதால் சண்டை சச்சரவுகள் அவனுக்கு விருப்ப விஷயமானது. இதன் பொருட்டு மாசிக்கு ‘மரியாதை’ தானாக ஒட்டிக்கொண்டது. உள்ளூரை விட வெளியூர்காரர்களே மாசிக்கு வாடிக்கையாளர்களாக இருந்தனர். ஊரில் மொத்தமே மூன்று நான்கு பேர்தான் குடிகாரர்கள். அவர்களும் மாசியிடம் சரக்கு வாங்கிக் குடித்துவிட்டு அரவம் இல்லாமல் வருபவர்களாகவே இருந்தனர்.

பக்கத்து ஊர் வாடிக்கையாளர்களான ஆழ்வார்க்குறிச்சியைச் சேர்ந்த துபாய் ஸ்டீபனும் பூவன் குறிச்சியை சேர்ந்த பாம்பே சுடலையும், சிகரெட் அட்டை சிட்டாவில் கணக்கெழுதி குடித்தும் வந்தனர். இந்த எளிய குடிகாரர்களால் ஊரில் எப் பிரச்னையும் இல்லை. இவர்கள் தினமும் குடிப்பவர்களாகவும் இருந்ததில்லை. ஆனால், இதில் மாசி விதிவிலக்கு. குடித்துவிட்டா னென்றால், அரிவாளால் மிரட்டுவது, யார் வீட்டிலாவது கல்கொண்டு எறிவது என ஏதாவ தொன்று நடக்கும். இதனால் ஊரில், ‘பெரும் குடிகாரன்’ என்கிற தகுதியை பெற்றவனாக அவன் மட்டுமே இருந்தான்.

வழக்கமாக, அவன் சாராயம் வடிக்கும் ஒற்றைத் தென்னம்பிள்ளை வேலியில் இருந்து, நடந்து சிவன் கோயில் வழியாக, ஊருக்குள் நுழைந்து விட்டால் கண்டிப்பாகச் சலம்பல் தொடங்கும். இவன்தான் சாராயம் காய்ச்சுபவன் என்றாலும் அதை வடிப்பது, அவனது சின்னக்கா மகன் உலுக்கையும் பெரியக்கா மகன் பூனைக் கண்ணனும்தான். இவர்கள் பெயருக்கு கூட குடிக்கக் கூடாது என்பது மாசி போட்டிருக்கிற கட்டளை.

அதைத் தாண்டி அவர்கள் எப்போதாவது ருசி பார்த்துக் கொள்வார்கள். மாசிக்கு, உள்ளே போயிருக்கிற இளஞ்சூட்டு சாராயம் போகப் போகத் தான் ஆளைத் தூக்கும். கோயில் வந்ததும், திண்டில் படுத்திருப்பவர்களிடம், 'இங்கெ யாம்லெ படுத்திருக்கியோ. வீட்டுல போயி தூங்குங்கெல' என்று தள்ளாடியபடி விரட்டுவான். 'யாரை வந்து வெரட்டுதெ. நீ ஒழுங்கா போலெ' என்று யாராவது குரல் கொடுப்பார்கள். பிரச்னைதான். மாசி அரிவாளைத் தூக்க, அவர்கள் கல்லை எடுக்க ரணகளம் ஆரம்பமாகும். இது அப்படியே தொடர்ந்து, செக்கடித் தெருவில் வந்து நிற்கும் பிரச்னை.

அங்கு பலசரக்கு கடை வைத்திருக்கும் குட்டியிடம், 'செயிது பீடி ஒரு கெட்டு' என்று கேட்பான். இந்த நேரத்தில் துட்டு கேட்டால் தகராறு வரும் என்பதால், பிறகு வாங்கிக்கொள்ளலாம் என்று விட்டுவிடுவான் குட்டி. கடையில் உட்கார்ந்து கதை பேசிக்கொண்டிருப்பவர்கள் கொஞ்சம் தள்ளி நின்றுகொள்வார்கள். அவன் இவர்களைப் பார்க்க ஆரம்பித்தால் உடனே இடத்தை காலிபண்ணிவிட வேண்டும் என்கிற ரீதியில் அவர்கள் பயத்துடன் தயாராகவே இருப்பார்கள். பீடியை பற்ற வைத்துவிட்டு அரிவாளைத் தூக்கியபடி, கெட்டவார்த்தைகளில் பேசத் தொடங்குவான் மாசி. அதற்குள் நான்கைந்து தெரு தள்ளி இருக்கிற அவனது வீட்டுக்குத் தகவல் போகும்.

அவன் பொண்டாட்டிக்காரி, 'இதெ வேலயா போச்சு. எங்கெயும் விழுந்து கெடந்துட்டு வரட்டும். நான் அங்கெ போவ மாட்டெடன். எனக்குலா வேசடையா இருக்கு. ஊரு ஒலகத்துலயெல்லாம் ஆம்பளெ இல்லையா? இப்டியா இருக்காவோ எல்லாரும்? இங்கெ கெடந்து கேவலப் படணும்னு எந்தலையில எழுதிருக்காம், அந்த சொல்லமாடன்' என்று புலம்பியவாறு குழந்தைகளைக் கூட்டிக்கொண்டு வாய்க்காலுக்கு குளிக்கக் கிளம்பி விடுவாள். ஒரு நாள் என்றால் பரவாயில்லை. தினந்தோறும் என்றால் எரிச்சல் வராதா என்ன? அவன் அம்மா அனச்சிதான் இப்போதும் போவாள்.

'இவன் சாவவும் மாட்டாம்போலுக்கு. எங்கெ கொதவாளயெ அறுக்கென்னெ வந்திருக்காம், சனியம் புடிச்சவன்' என்று திட்டிக்கொண்டே வருவாள். அம்மாவைப் பார்த்ததும் மாசி சத்தத்தை இன்னும் அதிகமாக்குவான்.

வாதமடக்கி மரத்தை தவிர எதிரில் யாருமற்ற தெருவில் நின்றுகொண்டு, 'எவனா இருந்தாலும் வாங்கெல. இங்ஙெனயே நிய்க்கென் வாங்கெல' என்று சாரத்தை நெஞ்சுவரைக் கட்டிக்கொண்டு சத்தம் போடுவான். நாக்கைத் தொங்கப் போட்டவாறு ஓடிவரும் டிரைவர் வீட்டு நாய், அவனை பரிதாபமாகப் பார்த்தபடி வாலை ஆட்டிக்கொண்டு நிற்கும். 'ஏம்முன்னாலயே நின்னு வாலெ ஆட்டுதியா?' என்று அரிவாளை

ஓங்குவான். அதற்குள் நாய் ஓடியிருக்கும். ஓங்கிய அவனது கையை பிடித்துக் கொண்டு, அம்மா வரச்சொல்லுவாள்.

‘ஏழா, நீ போழா. அவனெ வெட்டாம வரமாட்டென்’ என்று இல்லாத எதிரியை திட்டியபடி திமிறுவான். விஷயம் அவன் நண்பன் உச்சிமகாளிக்குப் போவும். யார் சொல்லியும் கேட்காத மாசி, உச்சிமகாளி சொன்னால் எதையும் கேட்பவனாக இருந்தான். ஆனால், மாசிக்கு நேரெதிரா னவன் உச்சி. குடி இவனுக்கு ஆகவே ஆகாது. இவர்களின் நட்பை ஊரில் அதிசயமாகவே பார்த்து வந்தார்கள்.

‘ஏலெ கோட்டிக்காரப் பெயல. ரோட்டுல நின்னா சலம்புவெ. கூறுகெட்டவனெ, வா’ என்று உச்சி சொன்னதும் பெட்டிப் பாம்பாக நடப்பான். வீட்டுக்குப் போனாலும் தொடர்ந்து சத்தம் வந்துகொண்டே இருக்கும். அருகில் குடியிருக்கிற கோட்டி மணிக்குத்தான் எரிச்சல். இரண்டு மூன்று முறை சொல்லிப் பார்த்துவிட்டான். நான்கைந்து முறை சண்டையும் போட்டுவிட்டான். இப்போது பழகிவிட்டதால் கண்டுகொள்வதில்லை.

உள்ளூர் கடைகளில் மிரட்டியும் மிரட்டாமலும் மாசி, ஓசிக்கு சாமான்கள் வாங்கிப் போய்க் கொண்டிருந்ததை அடுத்து அவனுக்கு எதிராகக் கடைகாரர்கள் திடீர்க் கூட்டம் போட வேண்டியதாகிவிட்டது. உள்ளூர் பிரதான கடைகளைத் தாண்டி அக்கம் பக்கத்து ஊர்களிலும் காசில்லாமல் மிரட்டி சாமான்கள் வாங்கியதாக மாசி மீது குற்றச்சாட்டு. அவன் அம்மாவிடம் கேட்டால், ‘எனக்குத் தெரியாது. ஏங்கிட்டெ கேட்டா கொடுத்தியோ. அவன் பாடு, ஒங்க பாடு. நா என்ன செய்ய முடியும்?’ என்று கையை விரித்துவிட்டாள். இப்படியே விட்டால் வியாபாரம் செய்ய முடியாது என்பதால் திடீர் கூட்டம். கூட்டத்தில் மாசி மீது போலீஸில் புகார் கொடுப்பது என முடிவு செய்யப்பட்டது. இதையடுத்து மறுநாள் அம்பாசமுத்திரம் போலீஸ் ஸ்டேஷனில் புகார் கொடுத்துவிட்டு, தெரிந்த போலீஸ்காரர் ஒருவரை பார்த்துப் பேசிவிட்டும் வந்தார்கள்.

அவர்கள் வந்த மறுநாள், ‘எவம்லெ போலீசுக்குப் போவாம். பாத்துக்கிடுதென். கையெ காலெ ஒடிச்சிரமாட்டென்?’ என்று செக்கடித் தெருவில் நின்று மாசி கத்தியபடி குத்துக்கல்லில் உட்கார்ந்திருக்கும் போது, போலீஸ் ஏட்டு அவன் பொடதியில் அறைந்தார். மூஞ்சி குப்புற விழப் போனவனை, இன்னொரு போலீஸ்காரர் பிடித்துக்கொண்டார். ‘எழுந்திர்ல’ என்று பஸ்ஸ்டாண்டுக்கு அழைத்துப் போனார்கள். இதுவரை கத்தியபடி இருந்தவன், அவர்களின் முன்னால் வாயை பொத்தி நடந்துகொண்டிருந்தான். கடை வைத்திருக்கும் தங்கராசுவும் குட்டி மணியும் போலீஸ்காரர்களுக்கு கலர் பாட்டில்களைக் கொண்டு வந்து கொடுத்தார்கள்.

மாசிக்கு இது ஒன்றும் புதில்லை. அடிக்கடி போய் வருகிற ஸ்டேஷன்தான். எல்லா போலீஸ் காரர்களுமே இவனை அடித்தவர்கள்தான். ஸ்டேஷனில் புதிதாக வேலைக்கு சேர்ந்திருக்கிற யாராவது வந்து அவனை மீண்டும் அடிப்பார்கள். வலி தாங்காமல் கத்துவான். பிறகு மாஜிஸ் திரேட் கோர்ட்டில் ஆஜர்படுத்திவிட்டு உள்ளூர் சிறையில் ரிமான்ட். பதினைந்து நாள் கழித்து வெளியில் வருவான். வந்து இரண்டு மூன்று நாட்கள் சும்மா இருப்பவன் மீண்டும் தொடங்கி விடுவான்.

இப்படி ஏதாவதொரு வழக்கிலோ, போலீசுக்கு பயந்தோ அல்லது, ‘உள்ளே’ சென்றுவந்தால் கூட, ‘கேரளாவுக்கு வேலைக்குலா போயிருந்தென்’ என்று சொல்வது அவனுக்கு வழக்கம். ஆனால், ஊர்க்காரர்களுக்கு ஏதாவதொரு கதை கிடைத்துவிடும். ‘மூதி, பாளயங்கோட்டெ ஜெயில்ல குப்புற கெடந்துட்டு நம்மட்ட பிராடு உடுதெ பாரென்?’ என்பார்கள். இம்மாதிரி மாசி, எஸ்கேப் ஆகும் விஷயம் பற்றி அவனது அம்மாவுக்கும் மனைவிக்கும் தெரிந்திருக்கும். இருந்தும் குடும்ப கவுரவம் காக்கும் பொருட்டு யாரிடமும் வாய் தவறிக் கூட சொல்லிவிட மாட்டார்கள்.

காலம் வேகமாக ஓடுகிறது. குடிகார மாசி, குடும்பத்தின் பொருட்டு திருப்பூருக்கு இடம்பெயர்ந்தான். கோயில் கொடையோ, தீபாவளி, பொங்கல் விழாக்களிலோ மட்டும் தலைகாட்டிவிட்டு போகும் மாசியை, பிறகு சில வருடங்களாகக் காணவில்லை. போதையின் அடையாளம் கொண்ட அவனது வீடு, மண் சுவர் கரைந்து, ஓடுகள் விழுந்து கருவை முட்களுடன் சிதிலமாகி கிடக்கிறது. மாசி என்கிற ஒரே ஒரு குடிகாரன் மட்டுமே இருந்த ஊரில், டாஸ்மாக் தயவில் ஏராள இளங்குடிகாரர்கள், ‘பெருமையாக’ உருவாகி இருக்கிறார்கள். குடியை வெறுக்கும் மாசியின் நண்பன் உச்சி, ‘மருமவனெ, ஒரு கோட்டரு வாங்கி தாரும்வே?’ என்று கேட்டபோதுதான், நொறுங்கி போனேன் நான்.

# களவு போகும் நிலம்

மாடுகளுடன்தான் செவனுவை எப்போதும் பார்க்க முடியும். அவை இல்லையெனில் ஏதாவது வெள்ளாட்டுக்குட்டியுடன் காணலாம். அப்படியொரு பிரியம் அவனுக்கு. அவன் உலகம் மாடு, ஆடுகளுடனாகவே இருக்கும். ‘நம்ம செவளைக்கு கால்ல புண்ணு. மஞ்சள போட்டும் கேக்கலெ. என்ன செய்லாம்?’ என்று கேட்டால், திண்ணையில் உட்கார்ந்து மதியம் வரை பண்டுவம் சொல்வான் செவனு. ஊரில் அவனை கிட்டத்தட்ட வெட்னரி டாக்டராகவே பார்த்தார்கள். சிறுவயதில் இருந்தே மாடுகள் மேய்ப்பதை மட்டுமே செய்து வருவதால் ஆடு, மாடுகள் விஷயத்தில் அவன் அத்துபடி.

மேலத்தெருவில் இருக்கிற பெரும்பாலான மாடுகளில் பாதியை இவனும் மீதியை குத்தாலமும் மணியும் பிரித்து மேய்த்து வந்தார்கள். செவனுக்குச் சொந்தமாகப் பத்து மாடுகள் இருந்தாலும் பிற மாடுகளைக் கூலிக்காக மேய்த்துவந்தான். ஒரு மாட்டுக்கு மாதம் 30 ரூபாய் கொடுக்கப்பட்டு வந்தது. இவர்கள்

தவிர, கிழக்கே இருந்து கிட்டுவும் சுடலையும் மாடு மேய்ப்பவர்கள். இவர்களோடு ஆடுகள் மேய்க்க இருக்கிறான் பரமசிவன். இதில் செவனு சீனியர் என்பதால் அவனுக்கு மரியாதை இருந்தது. ஒன்பது, பத்துமணி வாக்கில்தான் இவர்கள் மாடுகளை பத்த ஆரம்பிப்பார்கள். வீட்டுக்காரர்கள் கருவேலப்பிறை அருகே மாடுகளை கொண்டு வந்து விடுவார்கள். கையில் கம்புடனும் சோற்றுச் சட்டியுடனும் செவனு, குத்தாலம், மணி வந்துவிடுவார்கள். பாட்டையா கடையில் டீ குடித்துவிட்டு சிறுது நேரம் ஊர்க்கதை நடக்கும். பிறகு ஆடுகளை பத்திக்கொண்டு பரமசிவம் வந்து சேர்ந்ததும் மாட்டைப் பத்துவார்கள்.

தெருவை அடைத்துக்கொண்டு மாடுகள் போகும். மரகதமாச்சி பிரம்பு கூடையைத் தூக்கிக்கொண்டு மாடுகளோடு வருவாள். ஏதாவதொரு மாடு சாணம் போடப்போவது தெரிந்தால் ஓடிப்போய் அதில் கூடையை ஏந்துவாள். அப்படியே பஞ்சாயத்து போர்டு திண்டு வரை வருவாள். அதுவரை மாடுகள் போடும் சாணம் அவள் கூடைக்கு.

பாபநாசம் ரோடு வழியாக மாடுகள் போகும். நேராக ரயில்வே கேட் தாண்டியதும் வலதுபக்கம் திரும்பினால் குளத்துக்கருகில் புற்கள் முளைத்து கிடக்கும். அங்கு மேய்க்கலாம். ஆனால், இவர்கள் வழியிலேயே வாத்தியார் வயல்களைக் கடந்து தோப்புக்குள் மேய்க்க விடுவார்கள். இடையில் வந்து சேர்ந்துகொள்வார்கள் கீழத்தெரு கிட்டுவும் சுடலையும். புற்களும் செடிகளும் ஏகமாக வளர்ந்து நிற்கும். பெரிய தோப்பு. உள்ளே யார் நின்றாலும் வெளியே தெரியாத அளவு மரங்கள். அங்கு எதையாவது பயிர் வைக்கலாம். 'இப்பலாம் முன்ன மாரி வேல பார்க்க முடியல' என்று அங்கு எதையும் பயிர் வைக்கவில்லை வாத்தியார். அவர் வெளியூருக்குப் போயிருக்கிறார் என்று தெரிந்தால் தோப்பில் ஐந்தாறு இளநீர்களை பறித்துவிடுவார்கள்.

ஒரு குலையில் அங்கொன்றும் இங்கொன்றுமாகப் பறித்தால் தெரியாது. அரவம் இல்லாமல் இளநீரை குடித்துவிட்டு கூந்தல்களை வாய்க்கால் கரையில் வீசிவிடுவார்கள். செத்தைக்குள் கிடக்கும் என்பதால் யாருக்கும் தெரியாது. அடுத்த சில நிமிடங்களில் அங்கு எதுவும் நடக்காத மாதிரி இருக்கும். இது அரசல் புரசலாக வாத்தியாருக்கும் தெரியும் என்றாலும் கண்டுகொள்ள மாட்டார்.

உச்சி வெயில் அடிக்கும்வரை அங்குதான் மேயும். பிறகு அடுத்த தோப்புக்குள் மாடுகள் போகும். அது வேலுவின் மாந்தோப்பு. அத்தோப்பின் ஒரு பகுதியில் ஈராய்ங்கமும் வாழையும் போட்டிருந்தார். ஈராய்ங்கச் செடிகள் பச்சை ரப்பர் டியூப் மாதிரி முளைத்து நிற்பதைப் பார்க்க அழகாக இருக்கும். சேட்டை பிடித்த நீட்டுக்கொம்பு எருமையும் கிடாரியும்

அதில் புகுந்து சிதைத்து விட்டுப் போவதை வழக்கமாக வைத்திருக்கும். 'தெனமும் இப்டிலா பண்ணுதுவோ' என்று துவைத்து எடுத்தான் செவனு. அது கேட்பதாகத் தெரியவில்லை.

ஒரு முறை, 'ஏலெ செவனு. இன்னொரு மட்டம் வயலுக்குள்ள விழுந்தா பவுன்டிக்கு பத்திட்டு போயிருவென். பெறவு ஆத்தான்னாலும் முடியாது. ஐயான்னாலும் முடியாது' என்றார் வேலு. இதன்பொருட்டு மேய்க்கும் இடத்தை ஆற்றுபக்கமாக மாற்றினான். நான்கைந்து நாட்கள் அங்கு மேய்க்கப் போனான். அங்கும் பிரச்னைதான். தோப்புக்கருகில் ஏகப்பட்ட புற்கள் கிடந்தாலும் நீட்டுக்கொம்பு எருமைக்கு நெற்பயிர்கள் மற்றும் கீரைகள் மீதுதான் குறி. அங்கும் சுப்பையாவின் கீரைத்தோட்டத்தில் வாயை வைத்து பிரச்னையாகிவிட்டது. மாடுகள் பண்ணிய பிரச்னைக்கு செவனுக்கு ஏச்சு. நீட்டுக்கொம்பு எருமையின் உரிமையாளரான சுப்பிரமணியிடம், 'இதைலாம் வீட்டுல கெட்டிப்போட்டுதான் வளக்கணும். சனியன், எம் பிராணனல்லா வாங்குது' என்று விட்டுவிட்டுப் போய்விட்டான். பிறகு அந்த மாடு குத்தாலத்தின் கைக்குப் போனது வேறு கதை.

பெரிய வாய்க்கால் பகுதி வயல்களில் உளுந்து விதைத்திருந்த நேரத்தில், செவனுவின் கிடாரி ஒன்று இரவில் கயிற்றை அத்துக்கொண்டு வயலில் விழுந்துவிட்டது. ராத்திரி நேரத்தில் அங்கு யாரும் வருவதில்லை. ஆனால் எதற்காகவே அந்த நேரத்தில் வந்து தொலைத்த வயல்காரன் கண்ணன் பார்த்துவிட, பிரச்னைதான். மாட்டை அப்படியே பிடித்து ஆழ்வார்க்குறிச்சி பவுன்டியில் கட்டிப்போட்டுவிட்டான். காலையில் செவனு மாட்டைத் தேடினான். பகல் முழுவதும் தேடிவிட்டு வீட்டுக்கு வந்தபோதுதான் விஷயம் தெரிந்தது. பிறகு ஊர்த் தலைவர் முன்பு விவகாரம். மாடு தின்ற பயித்துக்கு தெண்டம் விதிக்கப்பட்டது. கடன் வாங்கிக் கொடுத்துவிட்டு மாட்டை வீட்டுக்கு இழுத்த கதை அவனுக்கு மறக்கவில்லை.

தோப்பை தாண்டியதும் பம்புசெட் அறை இருக்கும். அங்கு வந்ததும் ரெண்டு மணி கொல்லம் ரயில் போவது தெரியும். அந்த ரயில்தான் இவர்களுக்கான சாப்பாட்டு நேரத்தைத் தீர்மானிப்பது. ரயில் தாமதமாகப் போனால் கூட, 'இன்னும் ரயிலே வரலை, பெறவு எப்டி சாப்பிட?' என்று காத்திருப்பார்கள்.

கஞ்சித் தண்ணீருக்காக மாந்தோப்பில் கிளி மூக்கு மாங்காய் ரெண்டு பறித்து வந்திருப்பார்கள். சாப்பிட்டு முடிப்பதற்குள் செண்டு சித்தி வயலில் மாடுகள் வாயை வைத்திருக்கும். 'ஏல மாட்டை பத்துங்கெ. வயல்ல வாய வக்கி' என்று அவள் சத்தம் கொடுப்பாள். எச்சிக் கையோடு மெதுவாக நடந்து பத்துவான் குத்தாலம். 'வாயில்லா ஜீவனுவோ ரெண்டு பயித்த தின்னுட்டுத்தாம் போட்டுமெ... இப்டி அவயம் போடுதியெ சித்தி?' என்பான்.

'சர்தாம்ல. அப்பம் ஒங்க வெதப்பாட்டுலயே நீ மாட்டெ மேய்க்கலாம்லா. ஏங் அங்க இங்கனு அலையுத?" என்பாள் அவள். சிரித்துக்கொண்டே வருவான். சாப்பிட்டு முடிந்ததும் மரங்களின் நிழலில் தூங்கலாம் போலத் தோன்றும். துண்டை தரையில் விரித்து லேசாகக் கண்ணை மூடுவார்கள். காற்று ஜிலு ஜிலுவென்று அடிக்கும். செவனும் பரமசிவனும் பீடியை பற்ற வைப்பார்கள். இவர்களில் பரமசிவன், செவ்வாரம் முறையில் ஆடு வளர்த்து வந்தான். இதில் அவனுக்கு கொள்ளை லாபம். அதாவது ஒன்றிரண்டு ஆடு வைத்திருப்பவர்கள் மேய்க்க இயலாது என்றால் பரவசிவனிடம் கொடுத்துவிடுவார்கள். அவன் மற்ற ஆடுகளோடு இதையும் மேய்ப்பான். இதற்கு கூலி கிடையாது. ஆனால், அந்த ஆடுகள் குட்டி போட்டால் அதாவது ரெண்டு குட்டி போட்டால் ஒன்று பரமசிவத்துக்குக் கொடுத்துவிட வேண்டும். இந்த முறையில் ஏகப்பட்ட குட்டிகள் பெருகிவிட்டது அவனுக்கு. ஆத்திர அவசர காசுக்கு வீட்டுக்குத் தெரியாமல் குட்டிகளை விற்று காசு பார்த்து குதூகலிப்பவன்.

மாடுகளும் ஆடுகளும் ஏரியாவை தாண்டி குளத்துக்கு அருகில் சென்றிருக்கும். அங்குதான் பக்கத்தூர்க்காரிகள் துணி துவைத்துக் குளித்துக் கொண்டிருப்பார்கள். அவர்களில் ரோஸ்மேரியை செவனுக்கு நன்றாகத் தெரியும்.

'என்னெ, மாடு எப்படியிருக்கு' என்றுதான் பேச்சை ஆரம்பிப்பாள். 'அதெ மாட்டுட்டலா கேக்கணும்?" என்பான் செவனு. அவன் கிண்டலாகப் பேசி முடித்துவிட்டு குளத்தின் பாறைக்கு வந்ததும் குத்தாலமும் பரமசிவமும், 'பேச்செல்லாம் ஒரு மாதிரியாதான் போது. ஊர்ல அத்தை மவா இருக்கா. மறந்துராதெ' என்பார்கள். 'ச்சீ. சும்மா பேசுனா பொண்டாட்டி ஆயிருவாளோல. கூறுகெட்டவனுவளா?' என்று சொல்லிவிட்டு குளிக்க இறங்குவான். அவனைத் தொடர்ந்து மற்றவர்களும் இறங்குவார்கள். இவர்கள் குளிப்பதற்கு அருகில் பெண்கள் குளித்துக்கொண்டிருப்பார்கள். அப்படியே முங்கு நீச்சலில் போய் அவர்களின் காலை கிள்ளிவிட்டு வர இருப்பதாகச் சொல்வான் மணி. அவனை அடக்குவான் செவனு.

கரைக்கு மேலே பரந்து விரிந்த பகுதியில் எள்ளு விதைத்திருக்கும் சண்முகம் மாமா, பனை யோலை குடிலுக்குள் இருந்துகொண்டு எட்டிப்பார்ப்பார். 'செவனா குளிக்காம்' என்று சத்தம் கொடுப்பார். இவன் ஆமா என்றதும் 'சீக்கிரம் குளிச்சுட்டு வா. ரெண்டு மரத்துல ஏறணும்' என்பார். குளித்துவிட்டு அவரது தென்னை மரத்தில் ஏறி காய்ந்த ஓலை மற்றும் சில்லாட்டைகளை இழுத்து போட்டுவிட்டு, தேங்காய்களைப் பறிப்பான். இதற்கு கூலியாக மரத்துக்கு மூன்று தேங்காய்கள். அதில் மற்றவர்களுக்கும் சும்மா பங்கு கொடுப்பான். பிறகு அங்கிருந்து மாடுகளைப் பற்றிக்கொண்டு

சாஸ்தா கோயில் அருகே போவார்கள். கோயில் திண்டில் தாயம் விளையாட்டை ஆரம்பிப்பார்கள். தாயக்கட்டைக்குள் மனசு இருந்தாலும் அடிக்கடி ஒரு கண்ணால் மாட்டையும் பார்த்துக் கொள்வார்கள். சிறிது நேரம் போகும் ஆட்டம்.

மாடுகள் பக்கத்துக் கரைகளில் மேய்ந்துகொண்டிருக்கும். சூரியன் மேற்கே இறங்கத் தொடங்கியதும் ரயில்வே லைன் பக்கமாக மாட்டை பத்துவார்கள். இந்நேரத்தில் ரயில் கிடையாது என்பதால் சாவகாசமாக ஆற்றை நோக்கி மேய்ந்துகொண்டே போகும். ரயில்வே பாலத்தின் கீழே மாட்டை இறக்குவார்கள். அப்படியே தண்ணீருக்குள் இறங்கி படுத்துக்கொள்ளும். வயல்களில் விளைந்திருக்கும் கடலை, பயித்தங்காய் உள்ளிட்டவற்றை கொறித்துக்கொண்டே பேசிக்கொண்டிருப்பார்கள். சிறிது நேரத்தில் மாடுகள் கரைக்கு ஏறும். அதட்டலிலேயே அவற்றை கரையில் மேய்த்துக்கொண்டு நடப்பார்கள்.

இதெல்லாம் கதையாகிவிட்டது. ஆடு, மாடுகளோடு அடைந்துகிடக்கும் ஊர், இன்று அவை ஏதுமின்றி பளிச் என இருக்கிறது. நடுரோட்டில் நின்று பேருந்து ஓட்டுநர்களின் ரத்த அழுத்தத்தை ஏற்றும் எருமைகளைக் காணமுடியவில்லை. அவற்றை மேய்த்துக் கொண்டிருந்தவர்கள் கொத்தனார் வேலைக்கு சென்றுகொண்டிருக்கிறார்கள்.

‘இங்கரு. முன்னால மாரி இல்லப்பா. எல்லா எடத்தயும் ப்ளாட் போட்டுட்டானுவோ. மாடு மேய்க்க எடமே இல்ல பாத்துக்க. ஒரு மாடுக்கு எரநூறு ரூவா தாரம்னாலும் மேய்க்கதுக்கும் ஆளில்லை. பேருக்கு ஒண்ணு ரெண்டை வச்சுக்கிட்டு எல்லாரும் மாடுவோள வித்துட்டாவோ. நானும் வித்துத் தொலைச்சுட்டு நம்ம குட்டி பய கூட கையாளா போயிட்டிருக்கேன்’ என்கிற செவனுவின் கண்களில், காணாமல் போன மேய்ச்சல் நில ஏக்கம் அதிகமாகவே தெரிகிறது.

# பேச்சின் நெரிசல்கள்

கிறுக்கி ஆச்சி என்றழைக்கப்படும் அனச்சாச்சி, பேச்சை நிறுத்திப் பார்த்ததில்லை. குச்சு வீட்டின் எதிரில் இருக்கிற மண் சுவற்றில் குத்த வைத்து கஞ்சி குடித்துக் கொண்டிருக்கும் போது கூட, எதையாவது பேசிக்கொண்டிருப்பாள். அப்படி பேசிக்கொண்டே இருப்பதற்கு எப்படி பழகி இருப்பாள்? என்ற கேள்விக்கு, அதற்கென்ன பழக்கம் வேண்டிக் கிடக்கிறது என்று பதில் சொல்லி முடித்துக்கொள்வேன். ஓயாமல் வேலை செய்துகொண்டிருக்கிற அந்த வாய்க்கு, வலிக்காதா? என்ற கேள்வியை அவளிடம் கேட்க முடியாது. அவளாக இதை சொல்லப் போவதும் இல்லை. தனக்குத் தானே பேசிக்கொண்டிருக்கிற அல்லது அதையே இயல்பாக்கிக் கொண்டிருக்கிற ஆச்சிக்கு, நரைத்திராத கலைந்த தலைமுடியும் கன்னத்தில் விழுந்திருக்கிற வெட்டுத் தழும்பும் காதை இழுக்கும் பாம்படங்களும் அடையாளங்கள். கிறுக்கி ஆச்சி என்பது அவளது மனநலம் சம்பந்தப்பட்ட பெயரல்ல. தோற்றத்துக்காக ஏற்பட்ட பெயர். அவள் இயற்பெயர் அனச்சி.

அதிகாலை நேரங்களில் தெரு ஓரங்களிலோ, வாய்க்கால் கரைகளிலோ கண்டங்கத்திரி, மணத்தக்காளி, ஊமத்தங்காய், ஆடாதொடை செடி உள்ளிட்டவற்றைப் பறித்துக்கொண்டும் மாலையில் அவற்றைப் பக்குவப்படுத்திக் கொண்டும் இருப்பதைத் தொழிலாகக் கொண்டவள். ஊரில் மண்டை இடி, காய்ச்சல், வயிற்றுப்போக்கு போன்றவற்றுக்கு கிறுக்கி ஆச்சிதான் மருத்து வச்சி. இந்த மருத்துவத்தை அவள் எங்கு படித்தாளோ தெரியாது. 'கால்ல என்னய்யா புண்ணு. கெந்தி கெந்தி நடக்கெ?' என்று தானாகக் கேட்டு, அந்த புண்ணுக்குச் செடிகொடிகளை மருந்தாகச் சொல்கிற ஆச்சிகள் இன்னும் இருக்கிறார்கள். நான்கு மகன்கள் மற்றும் இரண்டு பெண்களைப் பெற்ற கிறுக்கி ஆச்சிக்கு வயது எண்பதுக்கு மேல் இருக்கலாம். ஒல்லியான கருந்தேகத்தோடும் முகச்சுருக்கங்களோடும் இருக்கிற அவளால் இன்னும் உழைத்துக் கொண்டிருக்க முடிகிறது.

'அவா என்ன சாதாரணவளால. அன்னா இருக்கு பாரு பாண்டிராசா கோயிலு. ஒத்தயிலயே கல்லு மண்ணு சொமந்து கெட்டுனவா அவளாங்கும்' என்பார் முத்துக்கண் தாத்தா.

பெரும் உழைப்பை கொண்டிருக்கிற அவளது கவுரவம், மகன்களின் வீட்டில் உட்கார்ந்து மருமகள்களோடு சண்டையிடவும் மகள்களின் வீட்டுக்குப் போய் வேலைபார்க்கவும் இடம்கொடுக்கவில்லை.

"பெரியவன் பொண்டாட்டி, என்னைய மாட்டுக்குத் தண்ணி வைக்க சொல்லுதாய்யா. சின்னவன் பொண்டாட்டியும் மூணாவது பய பொண்டாட்டியும் கூட்டுக்காரியோ. கெணத்துல தண்ணி இறைக்கச் சொல்லுவாவோ. ரெண்டாவதுள்ளவன் பொண்டாட்டிக்காரி பரால்லன்னு நினைச்சா, 'உன் வீட்டை என் புள்ளைக்கு எழுதி வச்சிரு'ன்னு இப்பமே கேக்கா. நாளைக்கு நான் முடியாம கெடந்தா, இவளுவோ பாப்பாளுவளா? என் வயித்துல பொறந்த பயலுவோ என்னைக்காவது இவளுவளெ ஏன் எதுக்குன்னு கேட்டிருப்பானுவளா? சொல்லு. நான் எதுக்குப் போயி இவனுவ வீட்டுல கஞ்சிக் குடிக்கணும்? ஒடம்புல தெம்பு இருக்கதவரை ஓடட்டும்" என்பாள். மகன் வீட்டில் போய் இருக்க வேண்டியதுதானே என்று யாராவது கேட்டால், ஆச்சியின் பதில் இப்படியாக இருக்கும்.

அப்படியே மகன்கள் வீட்டுக்குப் போனாலும் அவளால் சும்மா இருக்க முடியாது. அடுப்படியில் வெந்துகொண்டிருக்கும் குழம்பை கையில் ஊற்றி ருசி பார்ப்பாள். "என்ன கறி வச்சிருக்கெ. இப்படி வச்சா, ஆம்பளெ எப்படி திம்பாம்? நீ தூரப்போட்டி" என்று மருமகளை வெளியில் போகச் சொல்லிவிட்டு சமையல் செய்யத் தொடங்கிவிடுவாள். "தொழுவுல இன்னுமா சாணி அள்ளலை. இப்படிக் கெடந்தா நாத்தம்லா அடிக்கும். சின்ன புள்ளைலுவோ இருக்குத வீட்டை, இப்படித்தான் வச்சிருப்பேளோ?"

என்றவாறு தூத்து பெருக்கிக் கூடையில் சாணம் அள்ளத் தொடங்குவாள். பின், தூரத்தில் இருக்கிற எருக்கெடங்கிற்கு சாணக் கூடையை தலையில் தூக்கிப் போய் கொட்டுவாள்.

தனது குச்சிலுக்கு வந்து கை, கால் கழுவிவிட்டு, "நான் ஏன் இவனுவோ வீட்டுக்குப் போய் வேலை பார்க்கணும்? நான் ஏம் போனேன்? எனக்கு கொஞ்ச கொழுப்பா இருக்கு?" என்று குத்த வைத்து தன்னையே ஏச ஆரம்பித்துவிடுவாள்.

ஊரில் யாருக்காவது பேறுகாலம் என்றால் அவளுக்குத் தானாக மகிழ்ச்சி பிறந்துவிடும். கூப்பிடுகிறார் களோ இல்லையோ இவளே போய், 'புள்ளதாச்சிக்கு அதைக் கொடுத்தியா, இதை கொடுத்தியா?' என்று குழந்தைப் பிறப்புக்கான முன் யோசனைகளையும் பிள்ளை பெற்றபின், பச்ச உடம்புக் காரிக்கான மருந்து குழம்புகளையும் செய்து கொடுப்பாள். இந்த துறு துறு ஆச்சிக்கு இருக்கிற ஒரே பிரச்னை, பேச்சு. பேசிக்கொண்டிருப்பது அல்லது ஏசிக்கொண்டிருப்பது. புதிதாக அவளை பார்க்கிறவர்களுக்கு, 'ஏன் எப்பவும் சலம்பிட்டே இருக்கா?' என்று தோன்றும். பழக்கப்பட்டவர்களுக்கு அவள் பேசாமல் இருந்தால் அதிசயம்.

ஆச்சியின் வசவுகளில் வெறிகொண்ட சாபம் ஏதும் இருக்காது. "என்னைய இப்படிச் சொல்லிட்டாளெ. நான் பொறந்த பொறப்பென்ன? இந்த ஊருக்கு என்னைக்கு வாக்கப்பட்டு வந்தேனோ, அன்னைக்கே போச்சு எல்லாம்" என்று பொதுவாகப் புலம்பத் தொடங்குவாள். அந்த புலம்பலில் தன்னை பற்றிய கழிவிரக்கமே அதிகமாக இருக்கும். அல்லது மருமகள்கள் பற்றிய குறைகள்.

வசவாகவோ, வாழ்த்தாகவோ வந்து விழுகிற அவளது பேச்சுகள் காற்றில் எப்போதும் பறந்து கொண்டிருக்கிறது. காற்றாகப் போகும் பேச்சுகள் ஆங்காங்கே துண்டு துண்டாக நிற்க நேர்ந்தால், நம் மூதாதையர் காலத்து பேச்சிலிருந்து நம் பேச்சுகள் வரை முட்டி மோதி, பேருந்து நெரிசல் மாதிரி, பேச்சின் நெரிசல் ஏற்பட்டிருக்கும். அதற்கான வாய்ப்பில்லாமல் போனது துரதிர்ஷ்டம்தான்.

வீட்டில் நேரம் போகாமல் இருந்தால் அல்லது யார் பற்றியாவது பேச வேண்டுமென்றால் மட்டும் கிறுக்கி ஆச்சியைத் தேடிப்போவாள், பக்கத்து வீட்டு கல்யாணி ஆச்சி. இவளுக்கும் பொசமுட்டிக் கொண்டு வந்தால் அவளைத் தேடிப் போவாள். இருவரும் பேசிக்கொண்டிருக்கும்போது, சண்டை நடப்பது போலத்தான் இருக்கும். 'அப்படியா?' என்று ஆச்சரியம் காட்டுகிற வார்த்தையை கூட, சண்டைக்கான உச்சரிப்போடுதான் கிறுக்கி ஆச்சி சொல்லுவாள். சில நேரங்களில் இவள் சத்தம் போட்டு

பேசத் தொடங்க, அது வெளியில் கேட்கத் தொடங்கும். ரகசியம் பேச வந்த கல்யாணி ஆச்சி, “ஒங்கிட்ட போயி சொல்ல வந்தென் பாரு, கோட்டிக்காரிச்சி” என்று முனங்கிக் கொண்டே வெளியேறிவிடுவாள். “போ...தொலெ. யார்ட்ட வந்து கோவத்தெ காட்டுதா?” என்று முகம் மாறுகிற கிறுக்கி ஆச்சி, பிறகு அடுத்த சில மணி நேரங்களிலேயே கோபம் மறைந்து அவளிடம் பேசத் தொடங்கி விடுவாள். இருவருக்குமான நட்பு சொல்லிக் கொள்ளும்படியானதுதான். ஒரே ஊரில் இருந்து இருவரும் இந்த ஊருக்கு வாக்கப்பட்டு வந்தவர்கள் என்பதும் ஒருவகையில் உறவினர்கள் என்பதும் அவர்கள் நட்பின் ஆழத்துக்குக் காரணம்.

ஒரு மழை நாளில் பேசிவிட்டு கிளம்பிய கல்யாணி ஆச்சியிடம், “மெதுவா போ. மழையில உறைஞ்சிராத” என்று கிறுச்சி ஆச்சி எடக்குப் பண்ண, “வாய பொத்து. நான் பாத்துக்கிடுதென்” என்று மெதுமெதுவாக நடந்து போனாள். வீட்டு வாசலில் ஏறப்போன கல்யாணி ஆச்சி, படியில் தடுமாறி மூஞ்சி குப்புற விழுந்ததில், எந்த அரவமும் இன்றி நொடியில் இறந்து போனாள். “மவராசி இப்படிப் பொசுக்குன்னு போயிட்டாளே?” என்று பரிதாபப்பட்டார்கள் ஊரில். உறவினர்கள் எல்லாரும் அழுதுகொண்டிருக்க, கிறுக்கி ஆச்சி மட்டும் அழவே இல்லை. அவள் கண்களில் இருந்து ஒரு சொட்டு தண்ணீர் கூட வரவில்லை. ஆனால், அன்றிலிருந்து அவளிடம் இருந்த பேச்சு திடீரென்று குறைந்துவிட்டது. எப்போதும் தொணதொணக்கிற வாய், மூடிக்கிடக்கிறது. எதையோ தேடுவதைப் போல அவள் கண்கள் இப்போது அலைபாய்கின்றன. “கிறுக்கி ஆச்சியை செத்த நேரம் பேசாம இருக்க வையி. நாலு கொடம் தண்ணி எடுத்து தாரேன்” என்று பந்தயம் கட்டுகிற சமைஞ்ச குமரிகள், இப்போது வாய்பொத்தி பார்க்கிறார்கள் அவளை. கல்யாணி ஆச்சி, இவளது பேச்சை பறித்துப் போய்விட்டதாக, ஊரில் பரவிக்கிடக்கிறது பேச்சு.

ஆச்சிகளின் பேச்சை, ஆச்சிகள் பறிப்பார்களா?

# பரிசுகள் பொழியும் மரம்

மார்கழி மாத ஆரம்பத்திலேயே நிலைகொள்ளா மகிழ்ச்சி வந்துவிடும் கிட்டனுக்கு. புது தெம்போடு பாட்டும் விசிலுமாக அலையத் தொடங்கிவிடுவான். அந்த உற்சாகம் இதற்கு முன் அவனிடம் காண முடியாதது. இப்போது காண்பதற்குப் பொங்கல் விழா, காரணமாக இருந்தது. கடந்த மூன்று வருடங்களாக இந்த விழாவில் நடக்கும் போட்டிகளில் கிட்டனுக்குத்தான் பேரும் புகழும். ஒவ்வொரு வருட வழுக்கு மரப் போட்டியிலும் சவால்விட்டே வெல்கிறான், அவன். கோவன்குளத்துக்கு அருகில் மாடுகளை மேயவிட்டுவிட்டு பொத்தையில் உட்கார்ந்திருக்கும் நண்பர்களிடம் ஆரம்பிக்கும் சவால். போனமுறை முயன்று தோற்றவர்கள், சவாலுக்கு ரெடியாவார்கள். எப்படி இவனை வெல்வது என்கிற யோசனை அப்போதே தொடங்கிவிடும்.

பொங்கலுக்கு இரண்டு நாட்களுக்கு முன்பே பரபரப்பாகும் தெருவில், அதுவரை குப்பைக் கிடங்காக இருக்கும் கீரைத்தோட்டம்

விழாவையொட்டி பளபளப்பாக்கப்படும். போட்டிகள் பொங்கலுக்கு முதல்நாள் ஆரம்பமாகும் என்பதால் அதற்கு முந்தைய நாள், இலவசமாக இரண்டு மூன்று முறை ஆற்று மணல் அடித்துவிட்டுப் போவார், வண்டி கணேசன்.

வழக்கமான வேலைகளை விட்டுவிட்டு தெரு வேலைக்காக இளவட்டங்கள் வந்துவிடுவார்கள். ஆளுக்கொரு வேலை. குப்பைகள் அகற்றப்பட்டு, கருவை முட்கள் வெட்டப்பட்டு இடம் சுத்தமான பிறகு மணல் பரப்பப்படும். பிறகு சுண்ணாம்பு பொடி கொண்டு, கபடி மைதானம் தயாராகும். ஒவ்வொரு செட்டாக இறங்குவார்கள். மொத்தம் மூன்று செட் ஆட்கள். இதற்கே நள்ளிரவு ஆகிவிடும் என்பதால் மற்ற போட்டிகள் மறுநாள்தான். அன்று பெண்கள் மற்றும் குழந்தைகளுக்கான போட்டிகள். மியூசிக்கல் சேர், சாக்குக்குள் காலைவிட்டு நடப்பது, கண்ணைக் கட்டி புதைத்திருக்கும் தேங்காயை எடுப்பது போன்றவை நடக்கும். இதற்கு மறுநாள்தான் வழுக்குமரம், பானை உடைத்தல் உள்ளிட்ட போட்டிகள்.

இவற்றை மேற்பார்வை செய்ய, ஒத்து நியமிக்கப்பட்டிருந்தான். கீரைத்தோட்டம் அவர்களுக் கானது என்பதால் இந்த நியமனம். தோட்டத்துக்கு எதிரிலேயே அவனது வீடு. அங்குதான் மைக்செட் வைக்கப்பட்டிருந்தது. ‘பிள்ளைலுவோ விளாடுதுலா’ என்பதற்காக, மூர்த்தி மாமா இலவசமாக இந்த சேவையை செய்திருந்தார்.

இந்த விளையாட்டுகளால் தெருக்கார பொம்பளைகளுக்குக் குதியாட்டம்தான். சாயந்தரமாகப் போட்டி தொடங்குவதற்கு முன்பே முகத்தில் பவுடர்களை அப்பிவிட்டு, பெட்டியில் மடித்துவைத்திருக்கிற ‘தீவாளி’ சேலைகளை உடுத்திக்கொண்டு வந்துவிடுவார்கள். மல்லிகைப் பூவோ, பிச்சிப்பூவோ அவர்கள் தலையில் இருந்து கும்மென்று வாசம் வீசிப்போகும். மேல மற்றும் கீழத் தெரு ஆட்களும் விளையாட்டை பார்ப்பதற்கு கூடுவார்கள் என்பதால் இந்த மேக்கப்போடு ‘மைதானத்தின்’ ஓரமாக, ஸ்கூலில் இருந்து கொண்டுவரப்பட்டிருக்கிற பெஞ்சில் உட்கார்ந்திருப்பார்கள். பாவாடை, தாவணி பெண்கள் ஓவர் வெட்கத்தோடு முகத்தை வெளியில் காட்டலாமா வேண்டாமா என்கிற பாவனையில் நின்றுகொண்டிருப்பார்கள். கரும்பை கடிக்க முடியாமல் தின்றுகொண்டும் பனங்கிழங்கை துண்டு துண்டாக வெட்டி மடியில் வைத்துக் கொண்டும் தங்கள் வேலையில் கவனமாக இருப்பார்கள் பாட்டிகள்.

கபடி போட்டி, வயதுபடி பிரிக்கப்பட்டிருக்கும். முதலில் சிறுசுகள். அடுத்து வயசுப் பையன்கள். பிறகு நாற்பது வயதுக்கு மேலானவர்கள். மில்லு மணி மைக்கை கையில் எடுத்துக்கொண்டு மைதானத்தின் ஓரமாக

உட்கார்ந்துகொள்வான். அவனருகில், நேர கணக்கைப் பார்த்துக் கொள்ளவும் பாயின்ட் குறிக்கவும் நோட்டு புத்தகத்தோடு ஒத்துவும் அவனுக்கு உதவி செய்ய, கோஸ்ும் இருப்பார்கள். சிறுசுகள் மற்றும் வயசுப் பையன்களின் ஆட்டம் பரபரப்பாக இருக்கும். இதில் கிட்டன், சிறந்த பிடிப்பாளனுக்கான பரிசை வாங்குவான். ஏதாவது ஒரு ஓரத்தில் நின்று, பாடி வருபவர்களின் கையையே பார்த்துக் கொண்டு காலை லாவகமாகப் பிடிக்கும் திறமையை கிட்டன் பெற்றிருந்தான். இந்தப் பிடித்தலில் அவனது தோள் பட்டைகளில் காயம் ஏற்பட்டு புண்கள் உருவாகி இருக்கும். ஆனாலும் அதைப் பொருட்படுத்துவதில்லை. இவன் பிடிப்பான் என்பதால் இவன் பக்கம் வருவதை எதிர்க்கோஷ்டிகள் தவிர்ப்பார்கள். ஒல்லிக்குச்சி தேகம் கொண்ட கிட்டன் உயரமாக வளர்ந்திருந்தாலும் அவன் பலமானவனாகவே இருக்கிறான். இந்தப் போட்டியை அடுத்து நடக்கும் நாற்பதை தாண்டியவர்களின் ஆட்டத்தில் கிண்டலும் கேலியும் நிறைந்திருக்கும்.

'புலி வருது பாரு, புலி. மச்சானை புடிங்கெ பாப்போம். முடியுமாவே?' என்று மைக்கில் மில்லு மணி சொன்னதும், பிடித்துவிடுவார்கள் எதிர்க்கோஷ்டிக்காரர்கள். 'என்னய்யா புலி, இப்டி மாட்டிக்கிட்டு? மச்சானுக்கு மச்சமில்ல போலுக்கெ?' என்பான். 'அடுத்தாப்ல தொப்பெ பாலுண்ணே வாரோவோ. முடிஞ்சா புடிங்கய்யா... புடிங்கய்யா, இது சிங்கெம்லா, புடிச்சிரு வேளாக்கும்... பாத்துருவோம்...' என்று வீராவேசம் நடக்கும். அதற்கு ஏற்றாற்போல அவரும் முண்டுவார். ஆனால் பிடித்துவிடுவார்கள். 'சிங்கத்தையே சாய்ச்சிட்டேளேப்பா' என்பான். போட்டியை பார்த்து அவன் பேசிக்கொண்டிருந்தாலும் மைதானத்தின் ஓரமாக நின்றிருக்கும் பெண்கள் மீதுதான் அவன் கண்கள், முழுமையாக நிரம்பியிருக்கும். இது அந்தப் பெண்களுக்கும் தெரிந்ததுதான்.

மூன்றாம் நாள் போட்டிக்காக வழுக்கு மரம் தயாராகும். சங்காபீஸில் வைக்கப்பட்டிருக்கும் இரும்பு குழாயை கொண்டு வந்து, ஒத்து வீட்டுக்கு அருகில் வைத்திருப்பார்கள். முருக மாமாவும் செல்லையா மாமாவும் அதில் விளக்கெண்ணையை தேய்ப்பார்கள். அரைத்து வைக்கப்பட்டிருக்கும் காத்தாழைச் சாறுகளையும் கொண்டு வந்து கம்பியில் தேய்ப்பார்கள். கூடவே கிரீஸ்ும். பிறகு மைதானத்துக்கு நடுவே ஏற்கனவே தோண்டி இருக்கிற ஆழமானக் குழியில் நடுவார்கள். குழாயின் உச்சியில் புது வேட்டித் துண்டும் நூறு ரூபாயும் முடிந்து வைக்கப்பட்டிருக்கும்.

மொத்தம் ஏழு, எட்டு பேர், பெயர் கொடுத்திருப்பார்கள் ஏறுவதற்கு. ஒவ்வொருவராக ஏற வேண்டும். முதல், இரண்டு, மூன்று, நான்கு

என்று ரவுண்ட் போகும். ஐந்தாவது ரவுண்டில் கம்பியில் இருக்கும் வழுக்கும் விஷயங்கள், கொஞ்சம் வழுக்கி இருக்கும். இன்னும் இரண்டு மூன்று ரவுண்ட்களில் முயன்றால் ஏறிவிடலாம். இந்த நேரத்தில், 'இன்னா, ஒண்ணுக்கு போயிட்டு வாரென்' என்று சொல்லிவிட்டு, கருவை மூடுக்கு அருகே போய்விட்டு வருவான் கிட்டன். பிறகு மெது மெதுவாகக் கம்பியை பிடிப்பான். ஆரம்பத்தை விட இப்போது கொஞ்சம்தான் வழுக்கும். இருந்தாலும் உடலோடு கம்பியில் பல்லி மாதிரி ஒட்டிக்கொண்டு மேலேறுவான். கொஞ்ச நேரத்தில் அவன் உச்சிக்கு செல்ல, கீழிருந்து கைதட்டலும் விசிலும் பறக்கும். அந்த சத்தத்தைக் கேட்டுக்கொண்டே எடுப்பான் புது வேட்டித் துண்டையும் நூறு ரூபாயையும். வேட்டித்துண்டும் ரூபாயும் பெரிதில்லை என்றாலும் அந்த இடத்தில் கிடைக்கும் கொண்டாட்ட மதிப்பு அவனுக்குப் பெரிதாக இருந்தது.

'எப்டிலெ எடுத்தாம்?' என்று எல்லோருக்கும் ஆச்சரியம். இதை முடித்த கையோடு பானை உடைப்பு போட்டி நடக்கும். இதற்கு கண்களை கட்டிவிடும் நல்லகண்ணுவிடம், 'என்ன மாமா இறுக்கி கெட்டி வச்சுட்டேரு. வலிக்குவே?' என்று பொய்யாக அரட்டுவான். இதனால் கட்டை கொஞ்சம் லூசாக்கி விடுவார். இது வசதியாகிவிடும் கிட்டனுக்கு. கண்ணை மேலும் கீழும் ஆட்டி பார்த்தால் எதிரில் நடப்பது லேசாகத் தெரியும். போட்டியில் பங்கேற்பவர்களுக்கு கண்ணை கட்டி, கீழ்ப்பக்கம் பானை இருக்கிறதென்றால் மேற்கு பக்கமாகப் போய் சுற்றிவிட்டுவிட்டு வருவார்கள். கிட்டனை அப்படிச் சுற்றிவிட்டதும் நிஜமாகவே கண்ணு தெரியாதது போல நடிப்பான். கூட்டத்தில் இருப்பவர்களும் ஏதாவது சொல்லி திசைமாற்றி விடுவார்கள். பிறகு அங்கும் இங்கும் அலைவது போல அலைந்து சரியாகப் பானையை உடைத்ததும் சுற்றி நிற்கும் பொம்பளைகள், 'கிட்டெனுக்கு யோகத்தெ பாரு' என்பார்கள். அவனுக்குப் பெருமையாக இருக்கும். தொடரும் இந்த பெருமையிலேயே அடுத்த பொங்கல் வரை ஓட்டிவிடுவான் கிட்டன்.

ஒரு நாள், வழக்கமாக மாடு மேய்க்கச் செல்லும் இடத்துக்குச் செல்லாமல் மேலபத்துக்கு போயிருந்த போது, அவனோடு வந்த பொந்தனிடம் ஒரு ரகசியத்தைச் சொன்னான் கிட்டன். வழுக்கு மர ரகசியம். 'யார்ட்டயும் சொல்லிராதெல கேட்டியா?' என்று கேட்டுவிட்டு சொன்னான்.

'ஒண்ணுமில்லல. ஒண்ணுக்குப் போறெம்னு சொல்லிட்டு போறம்லா. அங்கெ கருவை மூட்டுல சாயந்தரமே செரட்டையில ஆலம்பாலை எடுத்து வச்சிட்டு வந்துருவென். இப்பம் அதை கால்லயும் கையிலயும் தேய்ச்சுக்கிடுவென்.

நெஞ்சுலயும் வயித்துலயும் கூட தேய்ப்பென். ஆலம்பாலு வெள்ளையா இருந்தாலும் ஏற்கனவே வழுக்கு மரம் ஏறி ஏறி நெஞ்சுலாம் அழுக்கா இருக்கும்லா, அதனால தெரியாது. அந்தானிக்கு போய் ஏறுனம்னு வையி. கொஞ்சமா பிடி கெடைக்கும். இன்னும் கொஞ்சம் முக்கி மொனங்கி சமாளிச்சா ஏறிரலாம். இதாம்லெ வெஷயம்'.

கிட்டனுக்கு உறவினனான பொந்தன், இதை யாரிடமும் சொல்லவில்லை. ஆனால் அடுத்த முறை வழுக்குமர போட்டியில் ஆலம்பாலைத் தடவிக்கொண்டு அவனும் முயன்று பார்த்தான். முடியவில்லை. வழுக்கியது. ஆனால் கிட்டன் மட்டும் அதை இன்னும் சில வருடங்களுக்குத் தொடர்ந்து கொண்டிருந்தான்.

இதற்கிடையில், 'வழுக்கு மரம் நன்னா ஏர்றயாமெ. எங்காத்து பாத்திரத்தை கொரங்கு தூங்கி மரத்துல வச்சுண்டு ஆடறது. கொஞ்சம் எடுத்து கொடென்' ஐயமார் தெரு லட்சுமியாச்சி இப்படிச் சொன்னதும் குளிர்ச்சியாக இருக்கும் அவனுக்கு. லட்சுமியாச்சி வீட்டில் மட்டும்தான் குரங்குகளும் பாத்திரங்களை அடிக்கடி தூக்கி வைத்துக்கொள்கிறது. அதை எடுத்துக்கொடுக்கும் பொறுப்பை சிரமேற்கொண்டு செய்து வருபவனாக இருந்தான் கிட்டன். பிறகு அக்ரஹாரத்தில் யார் வீட்டில் குரங்கு பிரச்னை என்றாலும் அதை விரட்ட அல்லது பொருட்களை எடுத்துவரும் பொறுப்பு இவனுக்கு விடப்பட்டிருந்தது. இதற்கு கைமாறாக அவனுக்கு பில்டர் காபியோ, நெய் முறுக்கோ கிடைக்கும்.

'அவ்வோ வீட்டு காபி மட்டும் எப்டிலெ டேஸ்டா இருக்கு? நம்ம பலாசம் போடுதெ காப்பியெ பாரு, தண்ணில சீனியை கலக்குத மாரிதாம் இருக்கு' என்பான் வெறுப்பாக.

இது ஒருபக்கம் இருந்தாலும் உயரமான மரங்களில் ஏறி கிளி பிடிப்பதையும் கிட்டன் வழக்கமாக வைத்திருந்தான். மிருதுவான மேனியைக் கொண்ட பச்சை வண்ணக் கிளிக்குஞ்சுகளை, மரத்தின் பொந்துகளில் கையை விட்டு எடுப்பான். வெறுங்கையில் எடுத்தால் ஈரமாக இருக்கும் என்பதால் துண்டால் எடுப்பான். வெளியே வந்ததும், கீ கீ என்று கழுத்தை சாய்த்து மெதுவாகக் குரல் கொடுக்கிற கிளியின் அழகு பற்றியெல்லாம் கிட்டனுக்குத் தெரியாது. ஆனால், கிளி வளர்க்க ஆசைப்படும் ராஜி மற்றும் மீனா அக்காவுக்காக இதை செய்து வந்தான்.

இப்போது வயதாகிவிட்டது கிட்டனுக்கு. ஆடு மாடுகள் நிறைந்த அவர் வீடும் தொழுவமும் காம்பவுண்ட் சுவருக்குள் சிக்கியிருக்கிறது. மைதானமாக இருந்த கீரைத்தோட்டத்தில் முளைத்திருக்கிறது வாஸ்து பெயின்ட் அடிக்கப்பட்ட பிரமாண்ட வீடு. பானை உடைத்தல் போட்டி

நடக்கும் செம்மண் தெரு சிமென்ட் சாலையாகி இருக்கிறது. கருவை முட்களும் கறிவேப்பிலை மரங்களும் இருந்த இடங்களில் வீடு கட்ட அஸ்திவாரம் தோண்டப்பட்டிருக்கிறது.

குழி விழுந்த கண்களோடும் நரம்புகள் தெரியும் கைகளோடும் மாட்டு வண்டியில் தலை சாய்த்து படுத்திருக்கும் கிட்டன், 'ஒரு காலத்துல, இங்கெல்லாம் பொங்கல் போட்டி நடத்துவோம் பாரு' என்று ஆர்வமாகக் கதை சொல்ல ஆரம்பிக்கிறார். காதுகளைத் திறந்துவிட்டு அமைதியாகிவிடுகிறேன் நான்.

# 16

# பறவைகள் சாயும் காலம்

மாலை மற்றும் விடுமுறை நாட்களில், கவுட்டை (உண்டி வில்) இல்லாமல் நீல் ஆம்ஸ்ட்ராங்கைப் பார்ப்பது கடினம். ஒவ்வொருவருக்கும் ஒவ்வொரு பிடிப்பு மாதிரி, நீலுக்கு கவுட்டைக் கம்பு பிடித்திருந்ததற்கு காரணம் ஏதும் தெரியவில்லை. ஆனால், அவன் வீட்டைச் சுற்றி இருக்கிற மரங்களில் தங்கும் பறவைகளுக்குத் தெரிந்திருக்கலாம். இரவு நேரங்களை விடுத்து பறவைகள் அந்த மரங்களை அண்டாததற்கு அவன் மட்டுமே காரணம் என்பதை அவனும் அறிந்திருந்தான். 'நீல் என்கிற சாதாரண மனிதனின் கவுட்டைக் கம்புக்கெல்லாம் பயங்கொள்கிற ஆள் நானில்லை' என்பது மாதிரி சில காகங்கள் அங்கு கூடு கட்டியிருந்தன. மரத்தில் இருக்கிற, பறக்கிற அல்லது மின்கம்பத்தில் அமர்ந்திருக்கிற பறவைகளை மட்டுமே நீல் குறிபார்ப்பதால் கூடுகள் பிழைத்திருந்தன.

நீலுடன் செல்கிற யாருக்கும் அவ்வளவு சரியாகக் குறிபார்த்து அடிக்கத் தெரியாது. அவர்கள் கத்துக் குட்டிகளாகவே இருந்தார்கள்.

அந்த கத்துக்குட்டிகளில் நானும் ஒருவன். ஆற்றில் இருந்து எடுத்து வரப்பட்ட கூலாங்கல்லைக் கொண்டு கவுட்டையை இழுத்து அவன் விட்டால் கண்டிப்பாக ஏதாவதொரு பறவை உயிரிழந்திருக்கும். பறவைகளைக் கொல்வது அவனது நோக்கமல்ல. உயிர்களைக் கொல்வது பாவம் என்பது அவனுக்குத் தெரியாததல்ல. ஆனாலும் கொக்கு, கருவாலி, புறா உள்ளிட்டவை அவ்வளவு ருசியாக அமைந்துவிட்டதற்கு அவனையும் குற்றம் சொல்ல முடியாது. 'கொக்கு டேஸ்ட்டு எப்படியிருக்குங்கெ? நெய்ல போட்டு எடுத்த மாரிலா இருக்கும்' என்று நீல் வர்ணிக்க ஆரம்பித்துவிட்டால் எச்சில் ஊறுவதைத் தவிர்க்க முடியாது.

ஊரில் எல்லோரும் ஒரே மாதிரியாக கவுட்டைக் கம்பு வைத்திருந்தால் நீலிடம் வித்தியாசமானதாக இருக்கும். எல்லோரும் சைக்கிள் டியூப்பையும் மூன்று இஞ்ச் அளவு மாட்டுத் தோலையும் பயன்படுத்தி, ஆங்கில 'வி' வடிவம் போலான கவுட்டையை உருவாக்கி இருப்பார்கள். அந்தக் கம்புகள் கருவை முட்களை வெட்டி எடுத்தவையாகத்தான் இருக்கும். ஆனால், நீல் ஆம்ஸ்ட்ராங்க் மாறுபட்டவன். பேட்டையில் வசிக்கிற நரிக்குறவர் ஒருவரிடம் காசு கொடுத்து, ரயில் டியூப் என்று சொல்லப்படுகிற கட்டி ரப்பரால் கட்டப்பட்ட கவுட்டையை வாங்கி இருந்தான். கம்பு கூட மலையில் இருந்து வெட்டி எடுக்கப்பட்ட ஒன்று. சைக்கிள் டியூப்பில் உருவாக்கப்பட்டதற்கான ஆயுள் குறைவுதான். ஆனால் கட்டி ரப்பர் கவுட்டை ஸ்ட்ராங்கானது. கல்லை வைத்துக்கொண்டு, பலம் கொண்ட மட்டும் இழுத்துவிட்டால் அடிபடுகிற எதுவும் லேசாகப் பட்டால் கூட கண்டிப்பாக விழுந்துவிடும்.

மாலை நேரங்களில் ஆளுக்கொரு கவுட்டையை தூக்கிக் கொண்டு நீல் ஆம்ஸ்ட்ராங்கைப் பின்பற்றி கடனாநதி ஆற்றுக்கு நடப்போம். போகும் வழியில் ஆர்வக் கோளாறுகளான நாங்கள், மின் கம்பத்தில் அமர்ந்திருக்கிற பறவைகளில் ஏதாவது ஒன்றை குறிபார்க்க, சம்பந்தமில்லாமல் கல் எங்கோ போய் விழும். 'போங்கலெ. நீங்கெல்லாம் ஒரு ஆளு' என்பது போல அந்த பறவை நெற்றிக்கு நேரே வந்து, கிண்டலாகப் பறந்து போகும். இருந்தாலும் எங்கள் முயற்சியை விடுவதில்லை. ஆனால், நீல் ஆம்ஸ்ட்ராங்கிற்கு இயற்கையாகவே குறிபார்த்து அடிக்கும் வல்லமை இருந்தது.

கருக்கல் நேரங்களில் ஆற்றோரப் பொத்தைகளில் இருந்து கருவாலிகள் கூட்டம் கூட்டமாக வரும். கோழி குஞ்சு போல இருக்கிற கருவாலிகள் சிறிது தூரம் மட்டுமே பறக்கும் தன்மை கொண்டவை. ஆனால், வேகமாக ஓடக்கூடியது. இவற்றில் நான்கைந்தை குறி பார்த்து சாய்த்துவிட்டால், நீலுக்கு குஷிதான். அவை அவ்வளவு சீக்கிரத்தில் மாட்டியும்விடாது. கருவாலி ருசி போரடித்துவிட்டால் இருக்கிறது புறாக்கள். சுப்பையா கோனார் தோப்பில் இருக்கிற பெருங்கிணற்றில் வசிக்கிற புறாக்கள்,

நீலுக்கு இரையாவதற்கென்றே வாழ்ந்து வருதாகத் தோன்றும். ஒன்றை அடித்தால் மற்றவை பறக்கத் தொடங்கும். பிறகு கும்பலாக பறக்கின்றவை மீது குருட்டாம்போக்கில் அடித்தால் கூட ஏதாவது ஒன்று விழும்.

இவ்வாறு அடிபடும் பறவைகளை கறி வைப்பதற்காக, நீலின் வீட்டுக்குப் பின்பக்கம் தனி அடுப்பு ஒன்று வைக்கப்பட்டு இருந்தது. மசாலா உள்ளிட்டவற்றை சுப்புரும் நீலும் பார்த்துக்கொள்வார்கள். அவர்களுக்கான உதவிகளை மட்டும் நாங்கள் செய்வோம். சட்டியில் கொதித்துக் கொண்டிருக்கும்போதே சங்கருக்கு எச்சில் ஊறும். கொதித்து இறக்கியதும் உடனிருக்கும் குட்ட கணேசன், ராஜா ஆகியோருக்கு இருப்பு கொள்ள முடியாது.

அகப்பையில் இருந்து கொஞ்சமாக கையில் ஊற்றி நக்குவான் சங்கர். ஒரே ஒரு துண்டை மட்டும் எடுத்து வெந்துவிட்டதா என்று பார்ப்பான் சுப்ரு. வாசனை மூக்கை துளைத்து பக்கத்து வீட்டு பிச்சம்மா மைனி, ‘என்னடெ அவிக்கியோ?’ என்று கேட்டுக்கொண்டே வருவாள். அவள் போடும் அவயத்தில் அக்கம் பக்கத்து வீடுகளுக்கு இன்னும் கொஞ்சம் சத்தமாகக் கேட்கும். வந்துவிட்டதற்காக, அவளுக்கும் பங்கு. இப்படி பங்கு வாங்குவதன் காரணமாக, சில நேரங்களில் மசாலா அரைத்து கொடுத்து உதவுவதையும் மைனி செய்து வந்தாள். அவளது மசாலாவில் காரம் அதிகமாக இருக்கும் என்பதால் அடிக்கடி அவளைத் தொந்தரவு செய்வதில்லை.

இப்படி விதவிதமாகச் சாப்பிடும் பொருட்டு வாரத்துக்கு ஒரு முறை முயல் பிடிக்கச் செல்வது என்று முடிவு செய்யப்பட்டிருந்தது. இதற்கான இடமாக ஆற்றுக்குச் செல்லும் வழியில் இருக்கிற தோப்பு கண்டறியப்பட்டது. முயல் கறிக்கான போட்டி, தெருவில் அதிகம் இருந்ததால் குறைந்தது இரண்டு மூன்று முயல்களாவது வேண்டும். அந்தத் தோப்பு அவ்வளவு லேசில் சென்று வரக்கூடியதல்ல. உள்ளேயே இரண்டு மூன்று கி.மீ தூரத்துக்குப் போய்க்கொண்டே இருக்கும். இதில் எங்கு போய் முயலை பிடிப்பது என்கிற பயம் எனக்கு. அதுமட்டுமில்லாமல், மழை, வெள்ள காலத்தில் ஆற்றில் அடித்துவருகிற மலை பாம்புகள் அத்தோப்பில் குடியிருந்து வருவதாகச் சொல்லப்படும் கதைகளால் இன்னும் பயந்திருந்தேன். ‘போலெ பயந்தாங்கொள்ளி. ஹெட் லைட்டு இருக்கு. டார்ச் லைட்டெ எடுத்துக்கிடுவோம். பெறவு எதுக்கு பயப்படுதெ?’ என்பான் குட்ட கணேசன் பெரும் வீரனைப்போல.

சாயங்காலம் கிளம்புவோம். போகும் வழியில் முயலை நினைத்துக்கொண்டே நாங்கள் சென்று கொண்டிருக்க, நீல் மட்டும் ‘கொஞ்சம் நில்லுங்கலெ’ என்பான். கருவைமுட்களின் அடியில் தெரிகிற பொந்தில் பாம்பின் தலை ஒன்று தெரியும். ‘எங்க கண்ணுக்கு ஒண்ணுமெ

தெரியலெ. ஒனக்கு மட்டும் எப்டிடெ தெரிது' என்று ஆச்சரியப்படுவோம். கவுட்டையில் கல் ஏற்றப்படும். அடுத்த நிமிடம், பாம்பின் மூஞ்சில் கல்பட்டு, பொந்து சிதைந்திருக்கும். உள்ளே பாம்பு உருள, கம்பால் அதை வெளியே இழுப்பான். எங்களுக்கு பயம். தூரமாக நின்றுகொள்வோம். பிறகு அப்படியே ரோட்டில் போட்டுவிட்டு நடப்பான். பஸ் உள்ளிட்ட வாகனங்களில் அடிபட்டு நசுங்கி, நான்கைந்து நாட்களில் காய்ந்த முருங்கைக்காய் மாதிரி ரோட்டின் ஓரத்தில் கிடக்கும் அது. அந்த வழியாகச் செல்லும் நாங்கள், 'நீலு அடிச்சது' என்று பெருமைப்பட்டுக் கொள்வோம். 'நீல் கொன்னதா?' என்று ஆச்சரியமாகக் கேட்பார்கள் தெருக்காரப் பெண்கள்.

இருட்டத் தொடங்கிவிட்டது. தோப்புக்கு வேலி என்ற ஒன்று இருந்தாலும் குறுக்கு வழிதான் பிடித்தமாக இருந்தது. கள்ளிச்செடியை நீக்கி விட்டு உள்ளே இறங்குவதுதான் வழக்கம். இறங்கி மெதுவாகப் போய்க்கொண்டிருந்தோம். நெற்றியில் ஹெட்லைட் மாட்டிக்கொண்டான் நீல். வழக்கமாக அவன் பார்க்கும் இடத்தில் தேடினான். மாட்டிக்கொண்டது. ஹெட்லைட் ஒளியில் முயல் ஒன்று அப்படியே பார்த்துக் கொண்டிருக்க, டார்ச்சின் மண்டையால், அதன் மண்டையில் கணேசன் போட்டான் ஒரு போடு. டொப்பென சரிந்ததை தூக்கி பையில் போட்டுக்கொண்டான் சுப்புரு. இன்னும் இரண்டு வேண்டுமே. தோப்புக்குள் நடந்தோம். கிடைக்கவே இல்லை. வந்ததற்கு நான்கைந்து மாங்காய்களையும் பறித்துக் கொண்டு திரும்பினோம். ஏற்கனவே அடித்திருந்த கருவாலிகளும் கறிக்குத் தயாராக இருந்தன.

வீட்டில் கறி வைத்துக் கொண்டிருக்கும்போது, பின்பக்கம் குடியிருக்கிற மல்லிகா அத்தை, 'எங்கூட்டு கோழியெ காணலெ. எருக்கெடங்குல கோழி ஏறவு கெடக்கு. களவாண்டு கறிவச்சு தின்ன பாவியோ உருப்புடுவேளா நீங்கெ?' என்று ஆவேசங்கொண்டு ஆடிக்கொண்டிருந்தாள். அவள் ஜாடை மாடையாகப் பேசுவது எங்களைத்தான் என்பது குத்துமதிப்பாகத் தெரிய வந்தது. அவள் போட்ட அவயத்தில், 'ஏ மல்லி, என்னட்டி சத்தம் போடுதெ' என்று அக்கம் பக்கத்து வீட்டுக்காரர்களும் சேர்ந்து விட்டார்கள். நேராக, நீலின் வீட்டுக்கு வந்தவர்கள், கத்தத் தொடங்கி விட்டார்கள். அவள் சொன்ன கோழி இறகு, கருவாலியின் இறகு. அதை அவளுக்குப் புரிய வைப்பதற்குள் பெரும் களேபரமாகி விட்டது.

வெளியூர் சென்றிருந்த நீலின் அப்பா, சரியாக வந்து சேர்ந்தார். கூட்டத்தையும் விஷயத்தையும் கேள்விபட்டு கொதித்து எழுந்து, 'இந்த பெயலுவோ கூட சேராதென்னு சொல்லிருக்கெம்லா. ஏம்லெ சேர்ந்தெ. ஒன்னால எனக்குதாம் கேவலமா இருக்கு' என்று போட்ட அடியில், நாங்கள் ஓடிவிட்டோம். பிறகு அவள் வீட்டுக் கோழி நள்ளிரவில் வந்து சேர்ந்த

பின்தான் பிரச்னை முடிந்தது. இல்லையென்றால் வரலாற்றில் வீண்பழியை சுமந்தவர்களாக எங்கள் குழு ஆகியிருக்கும்.

நீல் ஆம்ஸ்ட்ராங்கின் வீட்டில் நீளமான ரெட்டைக்குழல் துப்பாக்கி ஒன்று உண்டு. அவர்கள் வீட்டில் அதை தொங்கப்போட்டிருக்கும் அழகே தனி. அதைப் பார்க்கும் போதெல்லாம், கவுண்டமணி ஒரு படத்தில் துப்பாக்கியை வைத்துக்கொண்டு, ‘எங்கெ புலி, எங்கெ புலி’ என்று அலைவது ஞாபகத்துக்கு வரும். அந்த துப்பாக்கி, நீலின் அப்பா வேட்டைக்கு செல்வதற்கு. அவர் வேட்டைக்கு செல்லும்போது, நாங்கள் கூட செல்ல முடியாது என்பதால், நீல் சொல்லும் கதைகளை நம்ப வேண்டியதாக இருக்கும்.

‘மிளாவெலாம் லேசுல சுட முடியாது தெரியும்லா. எங்கப்பா சுட்டார்னா, ஒரே சுடுல, நாலஞ்சு மிளா ஒண்ணு போல விழும்’ என்கிறபோது, ‘அதெப்படிடெ’ என்று யாரும் கேள்வி கேட்கக் கூடாது. கேட்டால், ஆட்டைக்குச் சேர்த்துக்கொள்ள மாட்டான் என்பதால் ‘அப்டியாடெ’ என்று ஆச்சர்யம் காட்டுவோம். நீலுக்கு அந்த துப்பாக்கியைத் தூக்கிக்கொண்டு வந்து எங்களோடு முயல் சுட வேண்டும் என்ற ஆசை. துப்பாக்கி ரெடியாக இருந்தாலும் ‘ரவை’யை அவனது அப்பா பீரோவில் பூட்டி, எண்ணிவேறு வைத்திருப்பதால் தொட முடியாது. இருந்தாலும் ஆசை அடங்கக் கூடியதா என்ன? ஒரு நாள், ‘ரவை போட்டுக்கொடுங்கெ. மொயலு சுட போறென்’ என்று நீல் கேட்க, ‘இதெ ஒழுங்கா புடி பாப்போம்’ என்று துப்பாக்கியை தூக்கிக் கொடுத்துவிட்டார். அதைத் தூக்கி நெஞ்சுகிக்கு மேல், தோள் பட்டையில் வைத்து குறிபார்ப்பது எவ்வளவு சிரமம் என்பது தெரிந்தது. அதன் நீளமும் கனமும் பிரச்னையாக இருந்ததால், ‘ச்சீ ச்சீ இந்தப் பழம் புளிக்கும்’ கதையாய், ‘வேண்டாம்’ என்றான் அப்பாவிடம்.

‘இப்பம் துப்பாக்கியெ வச்சு சுடுதெம்னு வையென். தப்பிப் எவென் மேலயும் ரவை பட்டுட்டு வையி, சும்மா விடுவானுவெளா? நமக்கு கவுட்டைதாம்டெ சரி?’ என்று முடிவுக்கு வந்தான். போதாக்குறைக்கு பக்கத்துத் தெரு பெரிசுகள், ‘ஒடம்புக்கு செரியில்லடெ. மொயல் கெடச்சா, கொஞ்சம் கறி கொண்டாந்து கொடு’ என்று பாசமாகக் கேட்டுப் போனதையடுத்து நீல், ‘கவுட்டைக்காரன்’ ஆனான்.

கவுட்டையும் கையுமாக எப்போதும் அலைந்த நீல் ஆம்ஸ்ட்ராங்க், இப்போது ஆசிரியர். மலையடிவார கிராமமொன்றில் புத்தகமும் கையுமாக இருக்கிற அவனுக்கு கவுட்டையும் கருவாலிகளும் மறந்திருக்கலாம். ஆனால், குருவிகளையும் மைனாக்களையும் கல்லால் குறிபார்த்து அலைகிற அவனது இரண்டாவது மகன், இன்னொரு நீலாகவே தெரிகிறான்.

17

# விரல்களின் கலை

குருசாமி மகன் வேலுவுக்கு முதன்மைத் தொழில் முடி வெட்டுவது. இரண்டாவதாக ஆடு உரிப்பது. இது, இரண்டாவதாக வருவதற்கு தினமும் சோலி இருக்காது என்பது காரணமாகியது. பிள்ளையார் கோவிலில் இருந்து கருவேலப்பறை செல்லும் வழியில்தான் குருசாமியின் வீடு. தரையில் இருந்து ஓர் ஆள் உயரத்துக்குப் படிகள் வைத்து, அந்த காலத்திலேயே கட்டியிருந்தார்கள் வீட்டை. படிகளில் ஏறி உள்ளே சென்றால் பெரிய திண்ணை.

'அப்பலாம் என்ன மழை அடிக்கும்கியெ. விடாம ஏழெட்டு நாளு பெய்யும். நண்டு நசுக்கெல்லாம் நடமாட முடியாது. அப்படி பெஞ்சா தெருவுக்குள்ள நடக்க முடியுமா சொல்லுங்க? குளம் கெணக்கதான் இருக்கும். அதுக்காவ, தண்ணி வீட்டுக்குள்ள வந்திரக்கூடாதுன்னு இவ்வளவு ஒசரமா எங்கய்யா வீட்ட கட்டியிருக்காரு' என்பதை, கேட்காவிட்டாலும் சலிக்காமல் சொல்வதை வேலையாகவே வைத்திருந்தார் குருசாமி.

குருசாமிக்கு மூன்று மகன்கள். மூவருக்கும் விரல்களின் கலையான முடிவெட்டுவது தொழில். விரல்களால் முடிகளை நேர்த்தியாகப் பிடித்து வெட்டுவது சாதாரணமானதல்ல. இதில் முதலாமவன் வேலு. ஒரு வரைமுறைக்குள் கட்டுப்படாத தேகம் அவனுடையது. சிறு வயதிலேயே வயிறும் முன்பற்களும் நீட்டிக்கொண்டு வந்து நின்றிருந்தது. பேச்சும் அவ்வளவு விரைவாக வராது. ஏதாவது கேட்டால் கொஞ்சம் சிரிப்போடு மெதுவாகத்தான் வந்து விழும் வார்த்தை. கோபமாகவோ, எடுத்தெறிந்தோ அவன் பேசி யாரும் பார்த்ததில்லை. பெரிய வாருடன் வேட்டியை இறுக்கிக்கட்டி கைகளைப் பின்பக்கம் வைத்துக்கொண்டு அவன் வருவதைப் பார்க்க சுவாரஸ்யமாக இருக்கும். வாரைத் தாண்டி பெரும் பொட்டலம் போன்று வலப்பக்க இடுப்பில் வேட்டியைத் துறுத்திக் கொண்டிருக்கும். முகச்சவரம் மற்றும் ஆடு அறுப்பதற்கான உபகரணங்கள் அதில் எப்போதும் உண்டு.

கரடுமுரடனான தலைமுடியுடன் வீட்டில் அவன் உட்கார்ந்திருப்பதைப் பார்த்தால், ஐயமார் தெருப் பிள்ளைகள் அவனிடம் முடிவெட்டப் பயப்படுவார்கள். அவன் அழைத்தால் காது கேட்காத மாதிரி இருந்துவிடுவார்கள். இல்லையென்றால் எழுந்து வெளியில் சென்றுவிட்டு திரும்பி வருவார்கள். எல்லோரும், குருசாமியும் அவரது மற்ற மகன்கள் வெட்டவுமே காத்திருப்பார்கள். யாராவது அவசரத்துக்காக, வந்தால் ரெடியாக இருப்பான் வேலு.

‘என்ன குருசாமி, லேட்டாவுமோ? கல்யாண வீட்டுக்குப் போணும்‘

‘செத்த நேரம் ஒக்காரும்யா’

‘இல்ல, இன்னா, அடுத்த காருக்கு போணும்டே. பொண்டாட்டிக்காரி கார்சாண்ட்ல நிய்க்கா’

‘கால்ல சுடு தண்ணி ஊத்திட்டு வந்துதாம் நிப்பீரு எப்பவும். ஏல, ஏய் வேலு, அவருக்கு சவரம் பண்ணிரு’ என குருசாமி ஆர்டர் போட்டதும் கத்தியை எடுப்பான். உடலில்தான் சிறு சிறு குறைகளைத் தவிர, தொழிலில் குறை இல்லை.

திண்ணையில் இருக்கிற மூன்றாவது தூண், வேலுவுக்கானது. அவன் உட்கார்வதற்காக, ஒரு மரத் துண்டு இருக்கும். அதில் உட்கார்ந்து தூணில் சாய்ந்துகொள்வான். அந்த மரத்துண்டு அவனது உயரத்தைக் கூட்ட. எதிரில் உட்கார்பவர்களுக்கு சிறிய மரத்துண்டு. இப்படி வேலைப் பார்த்தால்தான் அவனுக்கு வசதி. கொஞ்சம் வளர்ந்திருக்கிற ஆட்கள் வந்தால் கஷ்டம்தான். மரத்துண்டில் இல்லாமல் தரையில் உட்கார வைத்துக்கொள்வான்.

எந்த தெருவிலாவது கோயில் கொடை என்றால் அவனைப் பிடிக்க முடியாது. கொட்டு சத்தம் கேட்டதும், ‘இன்னைக்கு என்ன கிழமை?’ என கேட்பான். செவ்வாய்க்கிழமை என்றால் அவனது வேலை இரவு. வெள்ளிக்கிழமை என்றால் அவனது வேலை அதிகாலை என முடிவு செய்துகொள்வான். பெரும்பாலும் அம்மன் கோயில்களுக்கு செவ்வாய்க்கிழமையும், கருப்பசாமி, சுடலை போன்ற கோயில்களுக்கு வெள்ளிக்கிழமையும் கொடை வைப்பது வழக்கம். செவ்வாய்க்கிழமை சாமக்கொடையில் ஆடு வெட்டினால் அடுத்த நிமிடமே உரிக்க அழைப்பார்கள். வெள்ளிக்கிழமை என்றால் நள்ளிரவு வெட்டப்படும் ஆடுகளை மறுநாள் அதிகாலையில் பார்த்துக் கொள்ளலாம்.

கோயில் கொடைக்கு நேர்ந்துவிடப்படும் ஆடுகள் வெட்டப்பட்டு, கோயில் ஓரத்தில் மாலைகளோடு கிடக்கும். நேர்ந்துவிட்டவர்கள் அவரவர்கள் ஆட்டை எடுத்துக்கொண்டு வீட்டுக்குப் போவார்கள். போனாலும் ஆடு உரிப்பது லேசுபட்ட காரியமல்ல. அதற்கு கண்டிப்பாக, வேலு வேண்டும். யார் வீட்டு ஆடோ, அவர்கள் வீட்டுத் தொழுவில் இந்தப் பக்கத்தையும் அந்தப் பக்கத்தையும் இணைத்து நடுவில் கம்பு கட்டி ஆட்டைத்தொடங்க விட வேண்டும். கழுத்திலிருந்து அடிவயிறு வழியாக கத்தியால் ஓர் இழு. பிறகு அப்படியே தோலுக்குள் கையை விட்டு கொஞ்சம் கொஞ் சமாகத் தென்னி தென்னி இழுத்தால் கால்கள் மட்டும் சிக்கும். கால்களின் மூட்டுகளில் சின்னதாக ஒரு கீறலைப் போட்டால் சரி. பிறகு லாவகமாக இழுத்தால் வெளியே வந்துவிடும் தோல்.

பின் வீட்டுக்காரர் மூஞ்சை ஏறிட்டுப் பார்ப்பான். அதுக்கு, ஆட்டைத் துண்டாக்க, கதவு வேண்டும் என்று பொருள். பொருத்தி கழற்றக் கூடிய அதிகப்படியான எடை கொண்ட மரத்தினாலான வீட்டு வாசல் கதவை கழற்றி கொண்டு வருவார் வீட்டுக்காரர். ஓர் ஆளால் இது முடியாது என்பதால் வீட்டிலிருக்கிற மற்றவர்களும் இதற்கு ஒத்தாசை செய்வார்கள். அலங்கரிக்கப்பட்டிருக்கும் முன் பக்கத்தை அப்படியே கவிழ்த்து பின்பக்கம் பார்ப்பான் வேலு. பக்கத்தில் இருக்கிற குடத்திலிருந்து தண்ணீரை ஊற்றி வாரியலால் கழுவுவான். கதவின் சிராய்ப்புகளில் அடைந்துகிடக்கிற மூட்டைப்பூச்சிகள் வெளியேறி ஓடும். நன்றாகக் கழுவி எடுத்துவிட்டு, தொங்கும் ஆட்டை எடுத்து மேல் கீழாக இதில் போடுவான். வெட்ட ஆரம்பிப்பான். துண்டு துண்டாக எல்லாவற்றையும் தனித்தனியாக வெட்டிய பிறகு, எத்தனை கூறு வைக்கணும் என்பதை சைகையால் கேட்பான்.

ஒவ்வொரு கூறுக்கும் பக்கத்து வீட்டில் அல்லது சொந்தக்காரர்களிடம் காசு வாங்கியிருப்பார்கள். எத்தனை பேரிடம் வாங்கியிருப்பார்களோ அவர்களுக்கு ஒரு பகுதியை கூறுவைத்து பிரிப்பான். இதற்காக

ஓலைப்பாய்கள் விரித்து வைக்கப்பட்டிருக்கும். பாய்களில் வைக்கப்படும் கூறுகளில் மற்றவர்களுக்கு கொடுத்ததில் கொஞ்சமும் குறைய கூடாது, கூடக் கூடாது. அப்படி கொஞ்சம் கூடி குறைந்தால் அது கவுரவக்குறைச்சல். ‘அவனுக்கு அதிகமா வச்சுட்டு, எனக்கு குறைய வச்சன்னா, நான் என்ன கேவலப்பட்ட பயலாடெ?’ என்று ஆரம்பிப்பார்கள் சண்டையை. ஈரல் ஒரு கூறில் அதிகமென்றால், பிறகு நடக்கிற வெட்டுக்குத்துக்கு வேலுவும் பதில் சொல்லவேண்டும். அதனால் கூறு வைப்பதில் அவனுக்கு அதிக கவனம் உண்டு. கால்களும் தலையும் மச்சினன்மார்களுக்கு. சிலுப்பிக்கு யாராவது வந்து சண்டை போட்டுக் கொண்டிருப்பார்கள்.

அனைத்தையும் வெட்டிவிட்டு கத்தியை கழுவி உட்காருவான் வேலு. ஆட்டுக்காரர், ‘தோலை நீ கொண்டு போயிரு. கறி வேணுமா? காசு தரவா?’ என்பார்.

‘ஓங்களுக்கு எது சவுரியமோ அதான்’ என்று சிரிப்பான். காசென்றால் காசு, கறியென்றால் கறி. இதற்குள் வேலுவைத் தேடி நான்கைந்து பேர் நிற்பார்கள் அடுத்த ஆட்டை வெட்டுவதற்கு. வேலுவின் மகனோ, மகளோ வந்து, அப்பாவை பார்த்துக்கொண்டிருப்பார்கள். ஆடு வெட்டும் வீட்டில் கிடைப்பதை அப்படியே மகளிடம் கொடுத்து அனுப்புவான். அடுத்த வீட்டுக்கு மகன் வருவான். அதற்கடுத்த வீட்டுக்கு மகள்.

முடியோ, ஆடோ, வெட்டுதல் அவனது தொழிலாகிவிட்டது. அவனது தம்பிகளில் ஒருவன் வெளியூரில் வேலை பார்க்க அப்பாவிடம் அனுமதி கேட்டுக்கொண்டிருந்தான். ‘இங்கயே அவ்வளவு வேல இருக்கு. வெளியூர்ல போயி என்ன வேல பாக்கப் போற? ஒண்ணுஞ் செய்யாண்டாம். இங்கயே கெட’ என்று குருசாமி முறைத்துவிட, வீட்டில் சண்டை போட்டுவிட்டு யாருக்கும் தெரியாமல் நண்பனுடன் மும்பைக்கு ஓடிவிட்டான்.

‘ஏங் குருசாமி, என்ன இப்டி பண்ணிட்டாம்?’

‘நெல் வித்து எட்டாயிரம் ரூவா வச்சிருந்தேன். மூவாயிரத்தை விட்டுட்டு அஞ்சாயிரத்தை தூக்கிட்டுப் போயிட்டாம், செரிக்கியுள்ள’ என்றார் குருசாமி. பேசிக்கொண்டிருக்கும்போது வேலு குறுக்கிட்டு, ‘அவன் போறேன்னு கேக்கும்போதே இவரு கொடுக்க வேண்டியதானே. கஞ்ச பிசினாறி’ என்றான்.

‘யாரை கஞ்சப் பிசினாறிங்கல. உன்னய பாவம் பாவம்னு பாத்துட்டிருந்தா, துட்டை தூக்கிட்டுப் போனவனுக்கு சப்போட்டால?’

கோபத்தில், அடுத்தடுத்து நடந்தது சொத்துப் பிரிப்பு. குருசாமி வீட்டுக்கு முடிவெட்ட வருகிறவர்களை யாரும் தடுக்கக் கூடாது. மும்பைக்கு ஓடிப்

போனவனைத் தவிர நடுவுள்ளவனுக்கு வீட்டின் பின்பக்கமும், வேலுவுக்கு வீட்டுக்கு எதிரில் இருக்கிற குச்சிலும் முடிவெட்டுவதற்கான இடமாக ஒதுக்கப்பட்டது. வேலு, முடிவெட்டுவதை விட, ஆடு வெட்டுவதில் அதிக கவனம் செலுத்தினான். நடுவுள்ளான் கார்சாண்ட் அருகே சின்னதாக சலூன் கடை போட்டான்.

ஊர் இப்போது மாறிவிட்டது. சிமெண்ட் சாலைகளாகியிருக்கிற தெருவெங்கும் அவரசத்தின் கால்கள் பதிந்து கிடக்கின்றன. தலையை இப்படியும் அப்படியும் இழுத்து, வளைத்து, நறுக்கி அலைகிற இளசுகளுக்காக நான்கைந்து மாடர்ன் சலூன்கடைகள் திறக்கப்பட்டிருக்கின்றன. புதன் மற்றும் ஞாயிற்றுக்கிழமைகளில் மட்டுமே ஊரின் ஒதுக்குப்புறத்தில் திறக்கப்பட்ட ஆட்டிறைச்சிக் கடை, இப்போது தினம்தோறுமாக மாறியிருக்கிறது. உடல் இளைத்துப்போன வேலு, அங்கு வலுவோடு ஆட்டுத்தோலை உரித்துக் கொண்டிருக்கிறான் வாயில் பீடியை வைத்துக்கொண்டு.

18

# மனதின் விளையாட்டு

மனம் ஒரு பெருங்கடலை, புயலை, அன்பை, ரணத்தை, வன்மத்தை, காதலை தனக்குள் பதுக்கி வைத்திருக்கும் ஆழ்கருவி. அந்த கருவி, கனவை நனவாக்கும், நனவை கனவாக்கும். நல்லவன், கெட்டவன் என்கிற எதிர்ப்பதங்களை உருவாக்கும். எல்லோருக்குள்ளும் இருக்கும் சிறு நோயை பெரு நோயாக்குவதும் அதுதான். அப்படிப்பட்ட நோயை தாங்கியவனாகத்தான் நாராயணன் என்கிற நாரா இருந்தான். அவனை மனநோயாளி என்று சொல்லிவிடமுடியாது. சொல்லாமலும் இருக்க முடியாது. அவன் தோற்றமும் நடை, உடை பாவனைகளும் அதிகம் படித்தவனைப் போல் தெரிந்தாலும் அவன் அப்படியில்லை. உள்ளூரில் எட்டாம் வகுப்பை முடித்துவிட்டு படிப்புக்கு டாடா காட்டியவன். அவன் முகத்தில் தெரியும் கம்பீர களையும் அணியும் உடைகளும் பணக்கார வீட்டுப் பிள்ளையாகத் தோன்றும்.

‘ஏலெ நாரை, ஒன்ன மட்டும் பாரதிராசா பாத்தார்ன்னா, நடிக்க கூட்டிட்டுப் போயிருவார்ல’

என்று வீட்டு வாசலில் நெல்லை காயப்போட்டுக் கொண்டே மூக்கம்மா சித்தி சொல்வாள். அவளுடன் சேர்ந்துகொண்டு, ‘பெறவு நாரைக்கு பொண்ணு கொடுக்க ஊரெல்லாம் போட்டிதான், போ’ என்பாள் பிரேமா அத்தை.

‘நாரை நாரைன்னு கூப்புடாதியோ’ என்று வெறுப்பை காட்டிவிட்டு, ‘புது நெல்லு புது நாத்து, சூட்டிங்கு நம்ம கொளத்து கரையிலதான நடந்தது. அப்பம் பாரதிராசாவ பாத்தேன். எங்க நடிக்க கூப்டுருவாரோன்னு நாதான் அவருகிட்ட போவல’ என்பான் நாரா.

‘அப்டியா?’ என்றவாறு பேச்சு நடக்கும். எடக்கும் பேச்சுமாக எப்போதும் அலையும் அவனை ஊரில் எல்லோருக்கும் பிடிக்கும். போகிற வருகிறவர்கள் எவராக இருந்தாலும் அழைத்து பேசிவிட்டு செல்கிற பாசக்காரன். பெண்கள் என்றால் ஒவ்வொருவருவருக்கும் ஒரு உறவு முறை வைத்து விடுவான்.

‘ஏ மல்லிகாத்த. வயலுக்கா போறியோ. களையெடுக்கணும்னு மாமா நேத்து சொன்னாவோள?’ என்று ஆரம்பிப்பான். பிறகு, எதிர்ப்படுகிற ஆட்கள். இரண்டு மூன்று சுமைகளை யாராவது தூக்கிச் சென்றால் ஓடி போய், ‘இப்டியா மூசு மூசுன்னு தூக்கிட்டுப் போவாவோ? கழுத்து கிழுத்து புடிச்சுக்கிட்டுன்னா என்ன பண்ணுவ? கொண்டா, ஒன்ன. நா தூக்கிட்டு வாரென்’ என்று உரிமை யோடு வாங்கிக் கொள்வான்.

கேரளாவில் அணை கட்டுவதற்காக ஊரில் இருந்து பெருங்கூட்டம் ஒன்று புறப்பட்டது. அவர்களோடு விளையாட்டு, வேடிக்கை என்றிருந்த நாராவும் முதன் முதலாக வேலைக்கென புறப்பட்டான். வேலை என்பதை விட்டுவிட்டு அவனது நோக்கம் ஊர் சுற்றிப் பார்ப்பதில் இருந்தது. வெளியூருக்கு அவனை அனுப்புவதில் வீட்டில் உடன்பாடில்லை. அவனது அம்மா புண்ணியத்தாயி, எவ்வளோ சொல்லியும் போயே தீருவது என்றான். அப்பாக்காரர் கண்டுகொள்ளவில்லை. ‘வெளிய போய்ட்டு வந்தாதான் நாலு வெவரம் தெரியும்’ என்று மனைவிக்கு அறிவுரைச் சொல்லிக் கொண்டிருந்தார். ‘கூட நாங்கதானெ போறோம். வேற ஆளுவோ கூடயா ஓம் மவன அனுப்புதெ?’ என்று பக்கத்து வீட்டு செல்லையா, சொன்னதை அடுத்து புண்ணியத்தாயி சம்மதித்தாள்.

இதையடுத்து சனிக்கிழமை இரவு ஊரில் இருந்து கிளம்பிய லாரியின் மீதமர்ந்து ஊர்காரர்களோடு பயணப்பட்டான் நாரா. மறுநாள் ஞாயிற்றுக்கிழமை லீவு. ஊர் சுற்றிப்பார்க்கச் சென்றுவிட்டு திங்கள் கிழமையில் இருந்து வேலை தொடங்கியது. அங்கேயே தங்குவதற்கு வீடு கொடுக்கப்பட்டிருந்தது. கொஞ்சம் கொஞ்சமாக இங்குள்ள கிராமத்தை குட்டியாக அங்கே உருவாக்கி இருந்தார்கள்.

இரண்டு வாரங்களுக்கு ஒரு முறை அல்லது மாதத்துக்கு ஒரு முறை கேரளாவில் இருந்து யாராவது ஊருக்கு வந்து, போய்க் கொண்டிருந்தனர். அவர்கள் வழி மற்றவர்கள் பற்றிய செய்திகள் வரும். நாராவும் அவ்வப்போது வந்து கேரளாவின் அதிசயங்களை, ஆச்சர்யங்களை ஊரில் பரப்பிக் கொண்டிருந்தான். இதுமட்டுமல்லாமல், அங்கிருந்து வரும் சிலருடன் மலையாளத்தில் பேசி மற்றவர்களை வெறுப்பேற்றிக் கொண்டும் அலைந்தான்.

அவ்வப்போது கேரளாவில் இருந்து வந்த தகவல்கள் ஊரில் ஆச்சரியத்தை கிளப்பும். வேலைக்குப் போன நடராசன் அங்கேயே ஒருத்தியை திருமணம் செய்துகொண்டதாக முதல் தகவல் வந்தது. இத்தகவலை அடுத்து புண்ணியத்தாயிக்குப் பயம். தனது அண்ணன் மகளை நாராவுக்கு கட்டிக்கொடுக்கலாம் என்று எடுத்திருக்கும் முடிவில் அவன் மண்ணை அள்ளிப் போட்டுவிடுவானோ என நினைத்தாள். அவள் நினைத்ததே நடந்தது.

பலசரக்குக்கடை வைத்திருக்கும் ஒருவரின் மகளை, நாரா காதலித்து திருமணம் செய்து கொண்டான் என்ற செய்தி கேட்டு துடித்துப் போனாள் புண்ணியத்தாயி. பிறகு மனைவியுடன் வந்து அம்மா, அப்பாவிடம் ஆசி வாங்கினான். மாமனாரின் கடையில் வேலை பார்த்து வந்த நாராவை, சில வருடங்களில் திடீரென ஊருக்கு வந்து கொண்டு சேர்த்தார் மாமனார். அங்கு ஏதோ பிரச்னை என்றார்கள். பிறகுதான் ஊரே அவனை ஆச்சரியமாகப் பார்க்கத் தொடங்கியது.

அதாவது தினமும் காலையில் ஒன்பது மணிக்கு அம்மன் கோவில் வாய்க்காலுக்கு வந்துவிடுவான். குளித்து முடித்து கோயிலில் திருநீறு பூசிவிட்டு ஆலமரத்திண்டில் அமர்வான். பிறகு அவன் முகம் கோணலாக மாறும். கண்களை மூடிக்கொள்வான். மலையாளத்திலும் தமிழிலும் ஏதோ உளறுவான். சில ஆங்கில வார்த்தைகளும் வந்து விழும். கைகளை ஆட்டியபடி அவன் சத்தமாகப் பேசிக்கொண்டிருந்தாலும் அந்த வார்த்தைகளின் உளறல் ஒன்றும் புரியாது.

அவன் முன்னால் யாரும் நின்று உலுக்கினாலும் கண்டுகொள்ளாமல் பேசிக்கொண்டே இருப்பான். சரியாக அரை மணி நேரம்தான். அதற்கு மேல் எதுவும் நடக்காத மாதிரி சகஜமாகி விடுவான். அந்த உளறல் சத்தம் வாய்க்கால் கரை, அதைத்தாண்டிய ரைஸ் மில், பெருமாள் கோயில் தெரு, நாராயண சாமி கோயில் தெரு என எங்கும் பறந்துகொண்டிருக்கும். முதல் இரண்டு மூன்று நாட்கள் இந்த சத்தம் கேட்டு பயந்தவர்கள், மேலக் கோயில் அருகில் வசிக்கும் சரஸ்வதியும் பகவதியும். வயலுக்குகளை எடுக்கப்போனவர்கள் அப்படியே பயந்து

நின்றுவிட்டார்கள். இப்போது கேட்டாலும் அந்த பயத்தை திகிலாக விவரிப்பார்கள் இருவரும்.

என்ன மழை, பனி அடித்தாலும் காலையில் சரியாக ஒன்பது மணிக்கு இங்கு வருவதும் அரைமணி நேரம் உளறுவதும் நாராவின் வேலையாக இருந்தது. ஸ்கூலுக்குப் போகும் பயல்கள், ‘இங்கரு, நாரா இப்பதாம்ல கோயில் திண்டுக்குப் போறாம். இன்னும் ஒம்பது மணி ஆவல’ என்று சொல்லிவிட்டு மெதுவாக நடப்பார்கள்.

ஒரு நாள் உளறல் முடிந்து தெளிந்த நாரா, எதிரில் ஆட்கள் நின்று பார்ப்பதைக் கண்டு கேட்டான். ‘ஏம் எல்லாரும் என்னயவே பாத்துட்டிருக்கியோ’ என்று. அப்போதுதான் அவனுக்கே தெரியாமல் அது நடக்கிறது என்று புரிந்தது. ஆனால் மற்ற நேரங்களில் பழைய நாராவாகவே பழகி வந்தான். சித்தி, அத்தை, மைனி, மாமா என அதே உறவு முறை அழைப்பு. வீட்டில் மாட்டை குளிப்பாட்டுவது, வண்டி அடிப்பது, வயல்களுக்குப் போய்வருவது உள்ளிட்ட வேலைகளைச் சரியாகவே செய்து வந்தான்.

‘ச்சே. இந்த பயலுக்கு போய், இப்டி வந்திருக்கெ?’ என்று ஊரில் பரிதாபப்பட்டார்கள். நாராவின் இந்த பிரச்னை பற்றி அவனது மாமனார், தெரிந்த மருத்துவரிடம் சொல்லி, தெரியாமல் அவனுக்கு மருந்து கொடுத்துப் பார்த்தார். கேட்கவில்லை. அந்த அரை மணி நேர வியாதியை எப்படி எடுத்துக்கொள்ள என்று தெரியாமல்தான் ஊரில் கொண்டு வந்து விட்டார். நாராவை குணப்படுத்த அவனது அம்மாவும் அப்பாவும் அக்கம் பக்க ஊர்களுக்குச் சென்று குறி கேட்டு வந்தனர். தாயத்துகளும் கறுப்பு கயிறுகளும் அவனது உடலில் கணக்கில்லாமல் ஏறியிருந்தன. ஆனால் ஒன்பது மணி பேச்சு மட்டும் நிற்கவே இல்லை. பிறகு அவனை விட்டுவிட்டனர். எவ்வளவுதான் பார்க்க?

தெருக்காரர்கள், ‘மலையாள மாந்தீரிகன வச்சு எவனோ இப்டி பண்ணிட்டானுவோ. அவன் பொண்டாட்டிக்காரிக்கு சொந்தக்காரனுவ கூட பண்ணியிருக்கலாம். யாரு கண்டா?’ என்று பேசிக்கொண்டார்கள். ‘மாந்தீரிகம் பண்ணி அவன இப்டியாக்க என்ன காரணமாக இருக்கும்?’ என்றும் கேள்வி வந்தது. ‘பொண்ணு பிரச்னையில ஆயிரம் நடக்கும்டெ’ என்று ஆணித்தரமாகச் சொல்லி விஷயத்தை ஊதினாள் பெரியாச்சி. ஆச்சிகள் விவரமானவர்கள். இல்லாத கதையை கூட இருப்பதாகச் சொல்பவர்கள்.

இதையடுத்து, ஊரில் அவனுக்கு ‘ஒன்பது மணி கோட்டி’ என்ற புது பெயர் உருவாகி இருந்தது. இந்த உளறல் காரணமாக அவனை

வெளியூர்களுக்கு அழைத்துச் சென்றால் இரவுக்குள் வீட்டுக்கு அழைத்து வந்துவிடுவார்கள். தென்காசியில் ஒரு துஷ்டிக்குச் சென்ற போது கூட, அதிகாலையில் முதல் பஸ் பிடித்து ஊருக்கு கூட்டி வந்துவிட்டார்கள் அவனை. வெளியூரில் உளறி அங்கு ஏதும் பிரச்னை என்றால் எப்படி தாங்க?

ஊரை விட்டு வேறொரு இடத்தில் இருந்தால் இந்தப் பிரச்னை வருகிறதா என்பதை டெஸ்ட் பண்ணியே பார்த்தார்கள். அவனது மாமா செல்லையாவும் சித்தப்பா கந்தையாவும் எட்டு எட்டரை மணிக்கு பஞ்சாயத்து போர்டு திண்டுக்கு பேசிக்கொண்டே அழைத்துப் போனார்கள். முந்தாநாள் பார்த்த படம் பற்றி சுவாரஸ்யமாகப் பேசிக்கொண்டிருந்தார்கள். வழக்கத்துக்கு மாறாகச் சிரித்துக் கொண்டிருந்தான் நாரா. கொஞ்சம் கொஞ்சமாக நேரம் போய்கொண்டிருக்க, அவனால் அங்கு நிற்க முடியவில்லை. அவர்களிடம் எதுவும் சொல்லாமல் விறுவிறு என்று அம்மன் கோவில் வாய்க்காலைப் பார்த்து திரும்பி நடக்கத் தொடங்கிவிட்டான். வேக வேகமான நடை. அந்த நடையில் இருந்த ஆக்ரோஷத்தில் அவனது மாமாவும் சித்தப்பாவும் வாயடைத்து விட்டார்கள். பிறகு குளித்து முடித்துவிட்டு அதே உளறல்.

அவன் வந்தால் இளம்பெண்கள் ஓடிப் போய் ஒளிந்து கொள்வார்கள். இல்லையெனில் தூரமாக நின்றுகொள்வார்கள். ஆரம்பத்தில் இப்படி இருந்தவர்கள், பிறகு அன்றாட நிகழ்வுகளில் இதுவும் ஒன்று என அவனது அரை மணி நேர உளறலை கண்டுகொள்ளாமல் போய்வந்தார்கள். அவன் மனைவி, கேரளாவில் இருந்து அடிக்கடி வந்து பார்த்துவிட்டுப் போனாள். மகன் அங்கு படித்துக் கொண்டிருப்பதாகச் சொன்னார்கள்.

இப்போது அப்படியில்லை நாரா. எதுவும் நடக்காத மாதிரி, காலை ஒன்பது மணிக்கு ரைஸ்மில் வேலைக்குச் சென்று கொண்டிருக்கிறார் நண்பர்களுடன். கல்லூரி படிக்கும் மகன் பைக்கில் அவரை கொண்டு போய் விட்டு வருகிறான். மலையாளம் கலந்த தமிழில் தெருக்காரிகளுடன் பேசிக்கொண்டிருக்கிறாள் அவன் மனைவி. 'அந்த கோட்டிக்கார பேச்சு எப்டி நின்னுச்சுன்னே தெரில. ஏழெட்டு வருஷத்துக்கு முன்னால திடீர்னு அதுவா நின்னுட்டு பாத்துக்க. ஒன்பது மணிக்கு வாய்க்காலுக்கு ஓடுதவன் ஒரு நாலு நாளா வீட்டுலயே இருந்தான். பெறவுதான் அவ்வோ ஆத்தாளுக்கு ஒணரு வந்து, ஒடம்பு சரியா போச்சுன்னு தெரிஞ்சுதாம்' என்று சொல்லிக் கொண்டிருந்தார் பலசரக் கடை மணி. எனக்கு மீண்டும் முதல் வரிதான் ஞாபகத்துக்கு வந்தது.

# 19

## கோரிக்கை சாமிகள்

**ஊ**ரில் அனாதையாக நிற்கிற கருவை முட்களை வெட்டி விறகு விற்கிற கந்தன்தான் மந்திரமூர்த்தி கோவிலில் பட்றையன் சாமிக்கு ஆடுகிறவர். திருகிய மீசையும் ஒடுங்கிய கண்களுமாக இருக்கிற அவருக்கு விறகு வெட்டி விற்பது தொழில். என்றாலும் சாமிகொண்டாடி என்று அழைப்பதை அதிகம் ரசிப்பார். மற்ற எதிலும் கிடைக்காத மரியாதை இதில் கிடைப்பதால் 'சாமி கொண்டாடி'யை பிடித்திருந்தது. வலது காலை கெந்தி கெந்தி நடக்கிற அவருக்குத் தெய்வம்தான் எல்லாம். எல்லாவற்றையும் தெய்வத்திடம் கேட்டே செய்வதாகச் சொல்வார்.

அவர் சாமியாடுகிற கோவிலில் மெயின் சாமிகள் பல இருக்க, பட்றையன் சாமிக்கும் தூண்டில் மாடன் சாமிக்கும் ஓர் ஓரமாக சிறு பீடம் அமைத்துக் கொடுக்கப்பட்டிருக்கிறது. இந்த சாமிகளுக்கு மட்டும் ஏன் ஓரமாக பீடம் என்றால், இது ஏவல் சாமிகள். அதாவது வீட்டில் முதலாளி இருந்தால் வேலைக்காரர்கள் வெளியில்தான் நிற்க வேண்டும். அவர் வருகிறார் என்றால்

ஓடிப் போய் ஓரமாக நின்று வழியனுப்பும் வேலையை பார்க்க வேண்டும். அதே போலதான் இந்த சாமிகளும். மந்திரமூர்த்தி என்கிற முதலாளியின் ஏவலாளாக பட்றையனும் தூண்டில் மாடனும் இருந்தார்கள்.

தான் ஒரு ஏவல் சாமி என்கிற விஷயம் கந்தனுக்குத் தெரியாது. அவருக்குத் தெரிந்ததெல்லாம் சாமி என்றால் எல்லாம் ஒன்றுதான் என்பதே. அப்படி அவருக்குப் புரிந்தால், மந்திரமூர்த்தி என்கிற பெரிய சாமிக்கு ஆடுகிற முத்தையாவை எப்படி எதிர்கொள்வார் என்று தெரியவில்லை. ஏனென்றால் அவரை விட வயது குறைந்த முத்தையா இவரை எப்படி ஏவலாம்? என்கிற கேள்வி வரக்கூடும். ஆனால் அந்த சிக்கல்களுக்குள் எல்லாம் அவர் சிக்கவில்லை. தினமும் கோயிலுக்கு வந்து எல்லா சாமிகளையும் கும்பிட்ட பிறகுதான் கந்தன் அரிவாளைத் தூக்கிக் கொண்டு விறகுக்குப் போவார்.

பெரும்பாலும் ஊருக்கு வெளியே குளத்தங்கரையில் இருக்கிற கருவை முட்கள் மற்றும் சாலையோர வாகை, புளி உள்ளிட்ட மரங்களின் கிளைகளை வெட்டுவதுதான் வேலை. பச்சையாக இருக்கிற இவற்றை வெட்டி, வீட்டு வாசலில் காய வைப்பார். ஆற்றோரம் சென்றார் என்றால் அங்கு மரக்கிளைகளை வெட்டி, வேலி ஓரமாகக் காயப்போட்டுவிட்டு வருவார். அந்த கிளைகள் கொஞ்சம் காய்ந்ததும் வீட்டுக்கு கொண்டு வந்துவிடுவார். பிறகு கேட்டவர்களுக்கு விற்பார். விசேஷ நாள்களுக்கென்று அதிகமாக விறகுகளை சேர்த்து வைத்துக்கொள்வார் கந்தன். திடீரென அதிகமாகக் கேட்டால் எங்கு போய் விறகு வெட்டுவது? மற்ற நாளில் ஒரு கட்டு இருபது ரூபாய் என்றால் விசேஷ நாட்களில் இருபத்தைந்து ரூபாய். பந்தி சோறாக்க விறகு கண்டிப்பாகத் தேவை என்பதால் கேட்டதை கொடுத்துவிட்டு வாங்கிப் போவார்கள்.

‘முள்ளு வெட்டுதது என்ன சும்மாவாடே? ரத்தத்தை சிந்தியாங்கும் வெட்டுது. கையில பாரு முள்ளு தச்ச எடங்களெ. அதை வெட்டி காயப் போட்டு, ஆயிரம் வேல பாக்க வேண்டியிருக்கு. பெறவு எதுக்கு அவனுவ கேட்ட வெலக்கு விய்க்கணும்?’ என்பார்.

கந்தனும் கருத்தப்பிள்ளையூர் போய் விறகு வெட்டி வந்தவர்தான். இப்போது முடியவில்லை. அவ்வளவு தூரம் நடக்க முடியவில்லை. உடலில் வலு இருந்தாலும் சடவு வந்துவிடுகிறது. ‘இங்கயே இவ்வளவு கருவை கெடக்கு. இத வெட்டவே ஆளில்ல. எதுக்கு அவ்ள தூரம் போவான?’ என்று நினைத்துக்கொள்வார். ஆனால், மலையில் கிடைக்கிற விறகுகள், கருவையை விட நன்றாக எரியும் வகையை சார்ந்தவை என்கிற நுட்ப விஷயங்களை ஊர் மக்கள் அறிந்து வைத்திருந்தார்கள்.

இப்படி விறகு விற்று காலம் தள்ளுகிற கந்தனுக்கு சாமியாடி என்பதால், வீட்டில் எப்போதும் தனி மரியாதை. அவர் மனைவி கூப்பிட்ட வேலைகளுக்குச் சென்று வருபவள். களை எடுக்க, சிறு கிழங்கு எடுக்க, கடலை பிடுங்க என்று அக்கம் பக்கத்து ஊர்களுக்குக் கூட தூக்குச் சட்டியில் சோற்றைக் கட்டிக்கொண்டு செல்வாள். அவர்களின் மகன் சுடலையும் அம்மாவுடன் வேலைக்கு செல்கிறவன்தான். இந்த சின்ன குடும்பத்துக்கு கிடைக்கிற காசே போதுமானதாக இருந்தது. ஆனால், பிழைப்புக்காக வெளியூருக்கு இடம் பெயர்ந்துவிட்ட உள்ளூர் சாமியாடிகள், அவ்வப் போது கந்தனுக்கு ஏதாவது செய்துவந்தனர்.

ஏனென்றால் கோயில் கொடை, அது தொடர்பான கால்நாட்டு மற்றும் உள்ளூர் தகவல்களைச் சரியாக அவர்களுக்குத் தெரிவிக்கும் வேலையை செய்துவந்ததால் இந்த உதவி. இவரது தகவல் காரணமாகச் சொந்தங்கள் தங்கள் வேரை விட்டுவிடாமல் பாதுகாத்து வந்தனர். அவர்கள் ஊருக்கு வரும்போது, கந்தனுக்கு புது வேட்டி, துண்டு நிச்சயம் உண்டு. பிறகு கந்தனுக்கு செய்கிற உதவியாக ஒரு சாமியாடி, அவர் மகன் சுடலையை சென்னைக்கு அழைத்து சென்றார் வேலைக்காக.

கொடை இல்லாத நாட்களில் வெயில், மழையில் நனைந்து கரைந்து போகும் கோயில் பீடங்கள், மீண்டும் கொடை காலங்களில் மட்டுமே புதுப்பிக்கப்படும். பீடம் எப்படி சிதைந்திருந்தாலும் கந்தனுக்கு கவலை இல்லை. ஏனென்றால் சாமி தூணிலும் இருக்கும், துரும்பிலும் இருக்கும். செவ்வாய், வெள்ளிக்கிழமைகளில் மற்ற பீடங்கள் அப்படியே இருக்க, பட்றையன் சாமிக்கு மட்டும் சூடம் (கற்பூரம்) காட்டி கும்பிடுவார் கந்தன். அந்த வழியாகப் போகிற அல்லது வருகிற மற்ற சாமியாடிகள் இதைக் கண்டுகொள்வதில்லை. கொடை நேரம் மட்டுமே அவர்களுக்கு கோயிலும் சாமிகளும். இவர் இப்படி செய்கிறார் என்பதற்காகவே பெரியசாமி கொண்டாடியும் அவ்வப்போது இங்கு வந்து சாமி கும்பிட்டுப் போவார்.

கொடையின் போது பத்து நாளுக்கு முன்பே தெரு களை கட்டிவிடும். கோயிலுக்கு சிமெண்ட் பூச்சு, வெள்ளையடித்தல், கோயில் மரக்கிளைகளை பந்தலுக்காக வெட்டுதல், வில்லுப் பாட்டுக்காரர், மைக் செட்காரர்களுக்கு அட்வான்ஸ் என்று பரபரப்பாகும் ஊர். அதிலும் சாமியாடி களுக்கு கேட்கவே வேண்டாம். விரதம் இருக்கத் தொடங்கி இருப்பார்கள். கடைகளில் காபி, தண்ணீர் குடிப்பதில்லை என சுத்த பத்தம் பார்க்கப்படும். பிறகு தொடங்கும் கொடையில், கொண்டாட்டம்தான்.

கொடையின் இரண்டாம் நாள் பக்தர்கள் சாமியிடம் ஆசி வாங்குவார்கள். அப்படி வாங்கும்போது மெயின் சாமிகளிடம் ஆசி வாங்கும் பக்தர்கள், பட்றையனுக்கு ஆடும் கந்தனிடம் மட்டும் யோசித்தே செல்வார்கள்.

யாராவது ஆசி வாங்க போனால், அவர்கள் கைகளைப் பிடித்துக் கொண்டு சாமியாடுவார் பட்றையன் சாமியான கந்தன். பிறகு, 'ஒம் பிரச்னய எல்லாம் நா பாத்துக்கிடுதென். எனக்கு வெள்ளியில சூடன் தட்டு வாங்கி வைப்பியா?' என்று கேட்பார். 'அடுத்த கொடைக்குள்ள எம் பிரச்னை தீந்தா, சாமிக்கு செய்தேன்' என்பார்கள் பக்தர்கள். பிறகு பட்றையன் பீடத்தை பார்த்து பல்லைக் கடித்துவிட்டு திருநீறு பூசுவார். பின் 'சூடன் தட்டு வெள்ளியில என்ன வெல வரும்?' என்று மனதுக்குள் கணக்குப் போட்டுக்கொண்டே செல்வார் கள் பக்தர்கள். போன கொடையில் இவர் கோரிக்கை வைத்து, சிலர் மட்டுமே கேட்டதை கொண்டு வந்திருப்பார்கள். கொடுக்காதவர்களிடம், 'நா அத கேட்டேன். கொடுக்கலயே?' என்று ஞாபகமாகக் கேட்பார்.

'என்னய நல்லா வச்சிருந்தா தாரென்னு சொன்னேன். சாமி அப்டி ஒண்ணுஞ் செய்யலயே?' என்பார்கள். பிறகு, 'சரியா போவும். அடுத்த கொடைக்கு கொண்டாந்து தா' என்பார். மற்ற சாமிகள் இப்படி ஏதும் கோரிக்கை வைப்பதில்லை. கொஞ்சம் வதியான உள்ளூர் ஆட்களே, கொடைக்கு முன்பு, 'கோயிலுக்கு ஏதும் வேணுமாய்யா?' என்று சமூகத்து ஆட்களிடம் கேட்டு வாங்கிக் கொடுப்பார்கள். அவர்கள் அப்படிக் கேட்பதற்கு, கொடுக்கப்படும் பொருளில் அன்பளிப்பு என்று அவர்கள் பெயர்களை பெரிதாக எழுதிக்கொள்ளலாம் என்பது காரணம்.

இப்படித்தான் ஒரு கொடையில், தென்னையில் இருந்து விழுந்து, கால் ஒடிந்து அவதிப்பட்டு வந்த பலவேசம், கந்தனிடம் திருநீறு பூச வந்தான். வழக்கம் போல அவரும், 'எனக்கு வெள்ளியில செம்பு வாங்கி வை. ஒங்கால சரியாக்கிருதென்' என்றார் சாமியாடிக்கொண்டே. ஏற்கனவே வேலையில்லாமல் கஷ்டப்பட்டு வந்த பலவேசத்துக்கு எரிச்சல். தன் கையை பிடித்திருந்த கந்தனின் கையை வெடுக்கன தட்டிவிட்டு, ஒன்றும் சொல்லாமல் பெரிய சாமியிடம் திருநீறு வாங்க போய்விட்டான். இதை கந்தன் எதிர்பார்க்கவில்லை.

'நானே என்னா கெட கெடந்து, கஞ்சி தண்ணி குடிக்காம கஷ்டப்பட்டுட்டு இருக்கென். எனக்கு அத கொடு இத கொடுன்னா, எங்க போயி கொடுப்பென்? வீட்டுல பொண்டாட்டிட்ட தாலி கூட இல்ல. சாமின்னாலும் ஒரு இது வேண்டாமாய்யா?' என்று ஒருவர் பிடித்துக்கொள்ள, கால் வலியோடு நடந்துகொண்டே சொன்னான் பலவேசம்.

'ஒங்க சித்தப்பன்தானடெ அவரு?'

'அதுக்கு? மனுஷன் கஷ்டம் தெரியலன்னா, பெறவு என்ன சாமிடெ? நாமதான் சாமிட்ட, 'எனக்கு அது வேணும் இது வேணும்'னு கேக்கணும்.

சாமியே கேட்டா, நாம எங்க போவ?' என்று பலவேசம் சொன்ன பிறகுதான் பட்றையன் சாமி பக்தர்களிடம் வைக்கும் 'கோரிக்கை' பற்றி எல்லாருக்கும் தெரியவந்தது.

இதையடுத்து ஒவ்வொரு கொடையின் போதும் அவரது குடும்பத்தினர் மட்டுமே கந்தனிடம் திருநீறு பூசிக்கொண்டு குறி கேட்டனர். அல்லது வெளியூரில் இருந்து வந்திருக்கும் சொந்தங்கள். மற்றவர்கள், அவர் ஏதும் கேட்டுவிடக்கூடாது என்று வேண்டிக்கொண்டே திருநீறு பூசலானார்கள். ஆனாலும் அவர் விடவில்லை. முன்பு எல்லோரிடமும் கேட்பவர், இப்போது ஆள் பார்த்து கேட்கத் தொடங்கினார்.

இப்போது அப்படியில்லை. பார்வை மங்கி உடல் தளர்ந்து போன கந்தன், கொடையின் போது பீடத்துக்கு அருகில் உட்கார்ந்துகொள்கிறார். சென்னையில் வேலைபார்க்கும் மகன் அவர் இடத்தில் சாமியாடுகிறான். திருநீறு பூச வருகிறவர்களிடம் 'எல்லாத்தையும் சாமி பாத்துக்கிடுவாரு. போங்கெ' என்று நம்பிக்கை விதைக்கிறான். கோரிக்கை வைக்காத பட்றையனை குதூகலமாகப் பார்க்கிறார்கள் பக்தர்கள்.